దేవ రహస్యాలు

దేవ రహస్యాలు

ఎండపల్లి భారతి కతలు

ఛాయ

హైదరాబాద్

Deva Rahasyalu

Stories by Endapalli Bharathi

First Print: December: 2024
Second Print: May: 2025

Copies: 500

Published By:
Chaaya Publications Pvt., Ltd.,
Bramari Nilayam,
H-117, Madhuranagar,
HYDERABAD- 500038
Ph: (040) - 23742711
Mobile: +91-70931 65151

email: info@chaayabooks.com

Publication No: CRC - 144
ISBN No: 978-81-982293-2-8

Cover and Book Making:
Unpublish Media, Hydearabad, 7989546568
Front cover illustration: Kiran Kumari. B

For Copies:
bit.ly/chaayabooks
chaayabooks.com

వొల్గ భారతి... అనేక ప్రశ్నలకు సమాధానం

"ఎంతమంది ఆడోల్లు ఆ రుతువు ఎరక్కుండా వుండారో"

ఆడవాళ్ళో నోట్లో నువ్వుగింజ నానదు అని సామెత తయారుచేసి దానికి వుపపత్తిగా యెన్నో పౌరాణిక గాథల్ని కల్పించుకున్నాం. ఆడవాళ్ళ మాటలకు అర్థాలు వేరులే అని పాటలు రాసుకున్నాం. మహిళల ముచ్చట్ల గురించి మగవాళ్ళు కట్టుకునే ట్యూన్లూ కార్టూన్లు అనేకం. కానీ ఏకాంత సమయాల్లో స్త్రీలు తోటి స్త్రీలతో చెప్పుకునే దేవ రహస్యాలు బయటి ప్రపంచానికి తెలీవు. ఇంటా బయటా వాళ్ళ ఆలోచనలపైన వాటి వ్యక్తీకరణలపైన ప్రకటిత అప్రకటిత ఆంక్షలమధ్య నిషేధాల మధ్య అణచిపెట్టుకున్న మాటలు లోలోపల వుగ్గబట్టుకున్న భావనలు చెప్పుకోడానికి అవకాశం వస్తే రాయడానికి ఇతిహాసాలు పురాణాలు చాలవు. యుగాలుగా దాచి వుంచిన గుట్టు మట్టులు రట్టు కాక మానవు. అయితే వాటిని యెవరు యెప్పుడు యెక్కడ బహిరంగపరుస్తారు అన్నదే పెద్ద సవాలు. రచయిత్రి ఎండపల్లి భారతి ఆ ఛాలెంజ్ స్వీకరించింది. సాహిత్యంలో పాతుకుపోయిన మౌన సమయాల్ని బద్దలుకొట్టింది.

అశ్లీల పద - అర్థ గుణ దోష చర్చ చేసిన అలంకారశాస్త్రజ్ఞులు పండితమ్మన్యులు మొల్ల తెనాలి రామలింగాల చుట్టూ బూతు కథలు అల్లుకొని వినోదించారు. సినిమాల్లో ద్వంద్వార్థాల పాటలకు మాటలకు చప్పట్లు కొట్టి విరగబడో ముసిముసిగానో నవ్వుకున్నవాళ్ళు నీలిమేఘాలు భాషకు బుగ్గలు నొక్కుకున్నారు. నిజానికి ఫెమినిజం అర్బన్, మధ్య తరగతి ఆలోచనల అభిప్రాయాల వ్యక్తీకరణకి మాత్రమే పరిమితమైనప్పుడు గ్రామీణ శ్రామిక కులాలకు చెందిన మహిళల భాషాభివ్యక్తులకు స్వరూప సుభద్ర వినోదిని భారతి వంటి వేళ్ళమీద లెక్కబెట్టగల కొద్దిమందే సాహిత్యరూపాన్ని ఇవ్వగలిగారు.

స్త్రీల సాహిత్యాన్ని నీలి రాతలుగా కొట్టి పడేసిన పురుష 'పుంగవుల' రంకెల్ని దాటి చాలా ముందుకు వచ్చామనుకుంటున్న అత్యాధునిక కాలంలో అనేక నియంత్రణల మధ్య స్త్రీలు తమను తాము వ్యక్తీకరించుకుంటున్నప్పటికీ యింకా కనిపించని సంకెళ్లేవో అడుగడుగునా పదాలకు అడ్డుపడుతూనే వున్నాయి. స్త్రీల మాటలు అభిప్రాయాలు సెన్సారింగ్‌ని యెదుర్కొంటూనే వున్నాయి. స్వీయ నియంత్రణకి గురవుతూనే వున్నాయి. నిజానికి అశ్లీలం మాటలో వుండదు, మనసులో ఉంటుంది. బూతు భాషలో వుండదు, భావనలో వుంటుంది. అపార్థం అనడంలో వుండదు, ఆలోచనల్లో వుంటుంది. భారతి తన మాటల్లో స్త్రీ పురుషులెవ్వరినీ యెక్కడా కించపరచలేదు. అవమానించలేదు. గమనించండి. అర్బన్ మధ్యతరగతి సాహిత్య చట్రాలనుంచి బయటికి వచ్చి చూడండి.

మనుషులు మనసులు 'ముగతిడిసి' యెటువంటి దాపరికాల్లేకుండా మాట్లాడుకునే మాటలివి. ఆధునిక స్త్రీవాద పరిభాషలో చెప్పాలంటే ఆ మాటల్లో వాళ్ళ శరీరం గురించిన స్పృహ వుంది. 'ఒళ్ళు తత్వం' గురించిన మనో వైజ్ఞానిక చింతన వుంది. లైంగికత గురించిన లోతైన అవగాహన వుంది. ఆత్మ శోధన వుంది. జానపద వైద్య విజ్ఞానం వుంది. ఆరోగ్య చిట్కాలున్నాయి. మనస్తత్వశాస్త్రజ్ఞులు చేసే విశ్లేషణలున్నాయి. తల్లడిల్లే మనస్సులకు సాంత్వన కలిగించే యుక్తులున్నాయి. లచ్చుమమ్మ ఈరవ్వ గంగవ్వ నరసమ్మ ఎల్లమ్మ నాగమ్మ పద్మ సరస శ్యామల రామ లచిమి సాయిత్రి నీలి ఉత్తమ్మ... యిలా

మూడుకాళ్ళ ముత్తవ్వలు ముట్లు నిలిచిపోయిన మధ్య వయస్కలు బాలింతలు తొలి కలయికల దుస్స్వప్నాలు జీవితాంతం మర్చిపోనివాళ్ళు కొత్తగా పైటేసిన పిల్లలు పంచుకునే ప్రతి ముచ్చటా సెన్సూ సైన్సూ మిళితమైన వొక పరిశోధన పత్రం. 'ఇగటకొాయి' మాటల్లా కనిపించే ఆ స్త్రీల జీవితానుభవ పాఠాల్లో బహిర్గతమైంది సమగ్ర లైంగిక స్వాస్థ్య విజ్ఞానమే.

నాలుగైదేళ్ల పసిపిల్లల లైంగిక చేష్టల దగ్గర్నుంచి స్త్రీల జీవితంలో అతి ముఖ్యమైన సమర్త, గర్భ ధారణ, ప్రసవం వంటి నలుగురికీ తెలిసిన సాధారణ విషయాలు సేఫ్ సెక్స్, జుమ్మ (భావప్రాప్తి), ఎక్స్ట్రా నాట్, పీయంఎస్ వంటి నిర్దిష్ట శాస్త్రీయ దృగంశాల వరకూ భారతి తడమని వస్తువు లేదు. తెలుగు భాష యింకా పూర్తిగా ఎదగలేదు; శాస్త్రవిజ్ఞానాన్ని రాయడానికి అవసరమైన పారిభాషిక పదజాలం తెలుగులో రూపొందలేదు అనే మాట కేవలం అపోహే అని భారతి యీ కథనాల్లో నిరూపించింది. ప్రజల భాషలో ప్రతి భావనకీ వ్యక్తీకరణ రూపం వుంటుంది. ప్రాంతాలను బట్టీ సముదాయాలను బట్టీ మారొచ్చు గానీ ఆ వ్యక్తీకరణ యెంతో సహజంగా వుంటుంది. అది నాగరికులకు మోటుగా వినిపిస్తుంది. దీన్నే ఇంగ్లీషు/సంస్కృత పదాల్లోకి తర్జుమా చేస్తే నెత్తిమీద పెట్టుకొని వూరేగుతాం. ప్రకృతికి దూరంకాని రచయితలే వాడగలిగిన ప్రాకృతిక భాష యిది. సహజసిద్ధ జీవితానికి పక్కకి తొలగని మట్టి మనుషులు మాత్రమే చెప్పగలిగిన కథలివి.

కొన్ని వందల అభిసారిక (ధనికొండ, రాంషా, శిరీష) రేపు (సి. నరసింహరావు) పత్రికల సంచికలు చేసిన/చేయలేని పని భారతి యీ కాసిన్ని కథల ద్వారా చేసింది. తరతరాలుగా లైంగిక వైద్య నిపుణులు సెక్సాలజిస్టులు వుద్గ్రంథాల్లో చెప్పినవీ చెప్పనివీ యిపుడు భారతి గొప్ప సాహసంతో విప్పిచెబుతోంది. అనుభవ మంటపంలో స్త్రీల జ్ఞానాధికారాన్ని అంగీకరించని మగ తత్వవేత్తల ముందు నిలబడి శతాబ్దాల జ్ఞానాధిపత్యాన్ని ప్రశ్నించిన భక్తజ్ఞాని అక్కమహాదేవికి సాటి సాహసి మా భారతి. అక్కమ్మలాగానే ఆమె ప్రశ్నించడం దగ్గర ఆగడంలేదు. సమాధానాలిస్తుంది. భారతి రాసిన ఆధునిక 'వచన' కావ్యం యిది.

గ్రామీణ శ్రామిక మహిళల జీవితాల్లో అనివార్య భాగమైన యీ లైంగిక విజ్ఞానాన్ని ప్రచురిస్తే యే వుపద్రవాలు ముంచుకువస్తాయో అనే బెరుకు లేకుండా ఆమె సజీవ కథనాల్ని ఆర్గానిక్ భావనల్ని వడగట్టకుండా అక్షరశ: పొల్లుపోకుండా 'ఛాయా' వెలికితెస్తుంది. పురుషస్వామ్య సమాజంలో ఆడవాళ్లు రాయడమే వుపద్రవం. అందునా అట్టడుగు వర్గానికి చెందిన స్త్రీలు యిలా దేవరహస్యాలు బహిరంగపరచి చెప్పడం మహోపద్రవం. ఈ గ్రహింపు రచయిత్రికి వుంది. 'ఇవన్నీ నాతోనే పాకూడదు' అన్న స్పష్టమైన యెరుకతో తన చుట్టూ వున్న మహిళా ప్రపంచంపై గొప్ప కన్సర్న్ తో రాసిన కథనాలు తెలుగులో యింతకుముందు కనలేదు; వినలేదు. భారతి అందిస్తోన్న 'ఎలక నూక్కాయల పొడి' లాంటి యీ కథల్ని వయసొచ్చిన ప్రతి ఆడపిల్లా ఆయుధంలా ధరించాలి. చాలా సార్లు రహస్యాలు చెప్పడానికే కాదు వినడానిక్కూడా ధైర్యం కావాలి. గుండె దిటవు పరచ్చుకొని విందాం. రండి.

హైదరాబాదు, ప్రేమతో,

డిసెంబర్ 2, 2024. **ఎ. కె. ప్రభాకర్**

ఒక మాట

నాకు పదేండ్లు ఉన్నబుడు మా లచ్చుమవ్వకు నేను ఒక మరబొమ్మను. అబుడు నాతో కొన్ని మాటలు చెప్పేది "మే ఈ బూమ్మీద పనికొచ్చేది పనికిరానిది అనేది ఏదీ ఉండదు. ఏదైనా మన గాగాంత్రాలని అడ్డగించేవే. నెత్తి బొరువు అందరికీ కనపడుతుంది. నెత్తి లోపల బరువు కనబడదు. నడినెత్తిని అరికాలిని వొగేసారి రాపాడి చూడు. అయి రెండు మనతో ఏరు ఏరుగా మాట్లాడతాయి. మన వొళ్లు కూడా అంతే. దేవుడు మనిషికి అరవై ఆరు గేనాలతో పాటు యాపకాయంత ఎర్రి ఇచ్చినాడు. ఈ ఎర్రి చేసే పనులే ఎక్కువ. మనబుర్ర వొద్దన్న పనిని వొళ్లు వాలామించి చేస్తుంది. నువ్వు వొళ్లు చెప్పినట్లు ఇని పరిగెత్తినావంటే అది నడి వొయిసులో చెయ్యి వొదిలేస్తుంది. బుద్ధి చెప్పినట్లు నడుసు. సచ్చేదంక నడిపిస్తుంది" అని చెప్పేది.

మన మనసుకు నచ్చినోల్లు నలుగురు ఒగతావన కూడితే, కూడు, గూడు, దుడ్డు, సదువు, అదికారం, మొగుడు, పెండ్లాము, బిడ్డలు, అయినోల్లు, పొయినోల్లు, రోగము రొచ్చు వీటన్నిటి గురించి కడుపులో నుండి అపీల్ లేకుండా మాట్లాడతాము.

కానీ మనవొళ్లు గురించి మటుకు ఎంతో గుట్టుగా,మర్మంగా, దాపరికంగా మాట్లాడతాము. కొన్ని మనసులోనే అదిమేస్తాం. మనవొళ్లు చక్కలగిలికి నగిస్తుంది. గిచ్చితే ఏడిపిస్తుంది. మన వొళ్లు చెపిన కస్టసుకాలే ఈ కతలు.

ఈ కతలకు ముందుమాట రాసిన ఏకే ప్రభాకర్ గారికి, ఈ కతలను ప్రచురించటానికి దైర్యంగా ముందుకొచ్చిన ***ఛాయ*** యాజమాన్యానికీ, రాసిచ్చిన కృతజ్ఞతలు.

\- **భారతి ఎండపల్లి**

పుట్టాటంలో లేనిది పెట్టాటంలో రాదు

మా ఊరు నాలుగు దిక్కుల్లోన నాలుగు మైదానాలు ఉండాయి. మా ఆవులకు నోటికి రుతువుగా మేత దొరికే తావులు అవి. వాటిల్లో దచ్చినంగ వుండే యాతాలంక ఏటింటి రెండు మూడు బార్లకు ఒగొగ్గ తావున చిన్నచిన్న నీల్లమడుగులు ఉంటాయి. ఆ మడుగుల్లో తేట తెల్లగా ఉండే నీల్లు. వాటిని మనుసులు తాగినా జీవాలు తాగినా టెంకాయ పాలేగతం తీయగా ఉంటాయి. ఆ ఏరంతా జీనవగడ్డి, సొంటి గడ్డి, ఈరుబాండ్లు గడ్డి, ఊసగడ్డి, దబ్బజొమ్ము, కాకెదురులాంటి కండ గెడ్లు ఉన్నాయి. ఇవి ఆవుల నోటికి రుతువుగా ఉండి మంచి పలారం తిన్నట్లే ఉంటుంది.

ఆ యాతాలంక ఏటి కల్లా ఆవుల్ని తోలకపోతే అవిటికి ఆనందం. అవిట్నిమేపే మాకు ఆనందమే. యాలంటే ఆ ఏరు నడన సదరమైన సలవ బండ ఉంది. దాని చుట్టూ పచ్చని గెడ్డి. ఆ గెడ్లో ముచ్చటగా ఉండే చిన్నచిన్న గెడ్డి పూలు. ఆ బండ ఆనుకోని ఒంటి కానగ కొమ్మ. కానగ చెట్టు అంటేనే కన్నతల్లికన్నా చల్లనైనది అంటారు. ఏప్రిల్ నెలలో కానగపూలు చెట్టంతా ఇరగ పూస్తాయి. ఆ బండ మీద గెడిసేపు గడిపినా మనసుకు చీకు చింత ఏమి

గుర్తుకురావు. అట్లాంటి తావున అమ్మలక్కలంతా కూడి దినమంత గడిపితే ఎంత ఆనందం. ఈ పొద్దు మేమంతా ఆ దిక్కుకే బయలుదేరినాము. ఈ పొద్దు జమయ్యేదంతా ఇగటకొయి మనుసులే. మా ఇంద్ర పెద్దమ్మ, ఎల్లమ్మ చిన్నమ్మ, నా జతగత్తె పద్మ, మా మేనత్త గంగులు, మా ఈరవ్వ ఆరుమందిమి జమై పొద్దున్న పదికల్లా ఆవులు తోలుకొని పోతిమి. మేతకు ఆవులన్నిటినీ ఇడిసి, కుమ్మే ఆవుల్ని గడ్డి ఉండే తావు చూసి కట్టేసి మేమంతా ఆ చలవబండ జేరితిమి. ఆడికి పోతానే మా మనసులకు కూడా ముగతిడిసి ఆకాశంలో తేలినట్టు ఉంది. అందరం కుసాలుగా ఆ మాట ఈ మాట చెప్పుకుంటా నక్కుంటా బేలుకుంటా ఉండాము. ఆపొద్దు మాతో మొగోల్లు ఎవురురాలా. పొద్దు నన్నెత్తి కొచ్చింది. అబ్బుడొస్తావుంది మా సరస రెండు గాన్ల ఎద్దులు తోలుకొని ఏన్నెల్లకడుపు ఈడ్సుకుంటా. ఆవుల్ని మేతకిడిసొచ్చి మా దగ్గర కుసుండే. ఆడున్నోల్లమంతా "ఏమే సరస పొద్దు నడిమింటనుంది ఇప్పుడొచ్చినావు ఏం పని పడిండే" అని అడిగిరి. ఆ మాటకు అది బరోన ఏడిసే. మా ఈరవ్వ "యాల్నే ఏడస్తవు నువ్వు నీ మొగుడు ఏమన్నా అరుసుకుంట్రా అసలే ఒట్టి మనిసి కూడా కాదు ఊరుకో" అనే. సరసకు చిన్నబుడే అమ్మానాన్న సచ్చిపొయినారు. దాని మొగుడు మంచోడే. వాల్లత్త గటాని. అందుకే మా ఊరోల్లందరికీ సరస అంటే కనికరం.

అది కాక దాని తోడు కోడలు కూడా నిండు మనిసి. నిన్న నొప్పులు పడతా ఉంటే ఆసుపత్రికి తోడకపోయినారు. "అవునే సరస నీ తోడు కోడలు కనేసిందా? ఏం బిడ్డ?" అని అడిగితే ఆ మాటకు సరస, "ఆయమ్మ గురించె నన్ను కొట్టే దానికి వొచ్చింది మా యత్త" అనే. ఈరవ్వ, "అదేలనే నీ తోడికోడలు గురించి నిన్ను ఎందుకు కొట్టే దానికి వచ్చింది" అంటే "కాదు పెద్దమ్మ మా తోడుకోడాలకు కాన్పు చేసే నర్సులు ఆయమ్మ మానం మింద ఎంటుకలు చిటికినేలి పొడవు ఒత్తుగా బచ్చరించుకొని ఉండాయని 'ఏవురే దీని అత్త నువ్వేనా నీకు కింద పైన నర్సినయి నువ్వన్న చెప్పకూడదా ఎంటికలు గొరుక్కోవల్లని. మొగుల్ల పక్కల్లో పనుకుండేది తెలుసు ఇట్లాంటివి తెలీదా!' అని తిట్రంట. నేను గిన్నెలో అన్నం పెట్టుకొని తింటా ఉంటే మా అత్త ఇంటికొచ్చి నన్ను తన్నను కాలెత్తుకొని వచ్చింది. నువ్వు అట్లా పెంచుకున్నవంటే పరకతోనే

కొట్టేది అని రంపుకొచ్చింది. నాకు దిక్కుదరి లేరని ఆ యమ్మకు నేనంటే అంత నాలీస" అని బాదపడే సరస.

ఎల్లమ్మ చిన్నమ్మ వుండుకొని "ఇట్లా దానికంతా ఏంది బాదపడేది. ఎన్ని లేవే చేస్తే. నా వయసు ఇప్పటికి యాభై ఏండ్లు. నేను ఏం చేస్తాననుకుంటివి పొయ్యిలోని ఉడుకుడుకు బూడిది చేతిలోకి ఏసుకొని నున్నగా తాల్చి ఆ బూడిదేసి ఒత్తుగా దుద్దేసి ఒక్కోసారికి మూడు నాలుగు ఎంటికలు పట్టుకొని పెరికేస్తాను. తొలిత అయిదారు సార్లు పెరికినప్పుడల్లా సురి సురి మని నొస్తుంది. అట్లే పానం ఉగ్గ పట్టుకొని పెరికితే మోజ కట్టేస్తుంది మల్ల అంత నొప్పి ఉండదు. నెలకు ఒకసారి పెరికేస్తే రెన్నెల్లు అయినా ఒగ ఎంటికి కూడా మొలసదు. పసిబిడ్డ కేగతం నున్నగా ఉంటుంది. అయినా ఇప్పుడంటే బాత్రూములు వాటికి తలుపులు ఉండాయి. మేము వయసులో ఉన్నప్పుడు తడికలుండేవి. వాటిలోకి ఎవరొచ్చి తొంగి చూస్తారో అని బయపడతానే పెరుక్కునే వాల్లం. కొత్తలో పెరికేటప్పుడు కంట్లో నీళ్లు కారుతాయి. ఆడ కండ మెత్తగా ఉంటుంది. మెతువొల్లు వాల్లకు ఎంటికితో పాటు రగతం కూడా వస్తుంది. ఈ బూడిది ఆడపడితే మంటకు అట్ల చిన్న చిన్న గాయాలు కూడా మానిపోతాయి. బూడిత్తోనే నేను పెరికి పెరికి నాకు ఇప్పుడు ఎంటికే మొలసదు. కావాలంటే చూడండి" అని చీర పైకెత్తి చూపించే. ఆడున్నోల్లమంతా "నీ కప్ప దర్శనం మా కేలనే తల్లి" అని నవ్వుకుంటిమి.

మా ఇంద్రపెద్దమ్మ "కాదే మన మాటకే ఎత్తుకుందాం! ముట్టు నిల్సిన ఐదు నెల్లు నుండి కడుపు గుండుదోస్తుంది. అబుటి నుండే మన మానం మనకు కనపడదు. ఎట్లా పెరుక్కునేది. గోక్కునేది. గోకితే తల్లి గోకల్ల లేదంటే మొగుడు గోకల్ల. దానికి తల్లి లేదు. ఇంగ దాని మొగుని గురించి తెలిసిందె దాన్నిదెంగి దానికే తుడిచేసి పోయే రకం అంత పాసినోడు. అయినా నా ఆతులు అట్లా గొరిగెయ్యి అని ఎట్లా అడిగేది. ఇప్పురిచ్చి చెప్పుకోలేము. ఆడదాని సులువు బొలువు ఎరిగినోడు నూటికి కోటికి ఒకడు ఇద్దరు ఉంటారు. మన ఊర్లో నరిసి మొగుడు వాని పెల్లాము నిండు మనిసిగ వున్నబుడు వాడే దాని ఆతులు తీసేసే వాడంట. అయినా వానికి ఆడదాని మింద కనికిరం ఎక్కువ అది కన్నబుడు

కూడా బాలింతతనం అని మూనెల్లు వాని పెండ్లాన్ని నీల్లు అంటుకొనిచ్చిండ్ల. దాని మైల గుడ్డలు, బిడ్డవి పీతి గుడ్డలు ఉతికారేసినాడు. ఆడదాని ఇలువ ఎరిగినోడు వాడు. మిగతా మొగోల్లంతా బాలింతతనం ఎబుడు తీరుతుందా? పక్కలోకి ఎబుడు వొస్తుందా అని ఎదురు చూస్తారు.

నేను కూడ వయసులో ఈ ఆతుల్ని ఏమి చేయల్లో తెలీక చానా కర్మలు పన్నా. మీ పెదనాయన గడ్డం గోక్కానే మంగల కత్తి సూర్లో పెట్టింటే, నేను దాన్ని ఎత్తుకొని పెల్లోకి పోయి కత్తేసి ఎగబెరికిన. అంతే ఒకపక్క తెగిపాయ. ఆ కత్తి పారేసి ఆ రగతం చేత్తో అదంపట్టుకుంటి. పదిపదైదు దినాలు ఇర్రేసుకోని నడిసినా. దాని మింద గుడ్డలు రాపాడితే మంట. ఎవురో ఒగరు యాల ఇర్రేసి నడుస్తావు అనేది. ఇట్లా అని చెప్పుకోలేను చిన్నగా మాయవ్వకు చెప్తే ఆయమ్మ నగి 'ఓసినీదిక్కారా మీయమ్మ కన్నా చెప్పకూడదేమే నీ యట్లాడిదే పైన తలకాయ దువ్వి జడ ఏసుకున్నట్లే కదా అని కింద కూడా దువ్వి జడ ఏసుకొని నడుములో చెక్కిందట. నడుము కాడ పైకి నల్లగా కనపడతా ఉంటే నాయట్లాడిది 'యాలనేయమ్మ సవరం నడుములో సెక్కినావు' అని పట్టి పెరికిందట. ఆ నొప్పికి అబ్బా అన్నంట. అట్లా దానివి నువ్వు. మేమంతా మా బిడ్లకి పెద్దమనిషి అయినప్పటి నుండి వాట్నీ ఏమి చేయల్ల అని చెప్పేది. అట్ల పెంచుకుంటే దరిద్రము నువ్వు దేవునికి సాంబ్రాణి ఏసినా దేవునికి ఎక్కదు. నీ అట్లా పేరుక్కోను గోరుక్కోను చేతగానోల్లకోసమే సబ్బులున్నాయి. నెలకు లేదా పదైదు దినాలకొగసారి దాసరోల్ల సుబ్బులు పల్లెల మింద పూసలు, దండ్లు, సబ్బులు, పోడరు డబ్బాలు, సునో డబ్బాలు అమ్ముతుంది. ఆడోల్లకు పిల్లలకు కావలసినవి సగము ఆయమ్మ దగ్గర దొరుకుతాయి. ఆయమ్మ వచ్చినప్పుడు గుమ్మంగా అడిగినావంటే రాణి సబ్బు ఇస్తుంది. సేరు ఒడ్లు పెడితే వొగ బిల్ల ఇస్తుంది. అ రాణి సబ్బు ఆయమ్మ దగ్గర దప్పితే ఎవురి దగ్గరా దొరకదు. దాన్ని ఒత్తుగా దుద్ది కాన్చేడి ఆరబెట్టి కడిగేసుకో ఆతులన్నీ సుబ్బరంగా రాలిపోతాయి' అని చెప్పింది. మేము కనేటప్పుడు ఇండ్లలో కానుపులు ఐతా ఉండే. మమ్మల్ని తిట్టేవాల్లు కాదు. ఇబుడు ఆసుపత్రికి పోతాము. మనల్ని చూస్తే ఆ నర్సునా సౌతులు కాసుకు కాకుండా మాట్లాడతాయి. అవిటికి కాన్పులు చేసేది కూడా బాదే. అవిటి దగ్గర

సిగ్గు పడకూడదు. ఏమీ మొగునికి చూపించలేదా అంటారు. నొప్పులకు తాళలేక అరిస్తే మొగుని అంచున పనుకున్నప్పుడు బాగున్నా అంటారు. ఆతులు చూసి ఇట్లా పెంచుకోనొచ్చినారే అని తిడతారు. అవి జీతం కోసం పని చేసేవి. దినానికి పది, యిరవై మందికి కాన్పులు చేసి మనమంటే తీమంచు" అనే ఇంద్ర పెద్దమ్మ.

ఆయమ్మ మాట అయిపోతానే. మా మేనత్త గంగులు "అవును అదేమో నిజమే మాయవ్వ తొంబై ఏండ్లు బతికింది. ఆ యమ్మ కూడా అట్లే మొదట నుండి పెరికి పెరికి నడివయసు నుండి ఎంటికలు మొలిచేది నిలిచిపోయినాయి చచ్చేదంకా కూడా మానం మీద ఒకఎంటిక గూడా లేకుండా సుబ్బరంగా ఉండింది. ఈ బిలేదుతో గోక్కుంటే ఎప్పటికీ వస్తానే ఉంటాయి. నేను ఇబుటికీ బూడిది, పలవరేణి పాలు, మర్రిపాలు, మామిడి బంకతోనే పెరుక్కునేది. పలవరేణి చెట్టు కాడికి పోయి దాని మొదలుకాడ రాయితో పైపెచ్చు కొడితే పాలు కారుతాయి. ఆ పాలతో బాగా తడిపేస్తే నిమిషానికంతా బంక కట్టేస్తాయి. అప్పుడు పెరికితే ఒకసారి పది ఎంటుకలు కూడా వచ్చేస్తాయి. ఆ పలవరేణి పాలు కడుపులో పుండును కూడా ఆర్పేస్తాది. జ్వరం వచ్చినప్పుడు పరగడుపున ఆ పాలు నాకుతారు. పలవరేణి పాలు ఇంకా చానా వాటికి ఉపయోగపడతాయి. అవి దొరకనప్పుడు మర్రి ఏర్లు కొడితే కూడా పాలు కారుతాయి. ఆ మర్రి పాలు ఏసి దుద్ది ఎంటుకలు పెరుక్కునే వాల్లము. అట్లే మామిడి బంక కూడా పూసి పెరుకుతాము. ఇప్పటికీ మేము వాటి పైన పైసా కర్సు పెట్టము. కత్తులు కటార్లు బిలేడ్లు మేము ఎరిగిండ్ల" అనే.

ఆ మాటకు పద్మ "మగోల్లకు ఈ బాద లేదు కదా. వాల్లకు మీసాలు గడ్డాలు గోక్కోను మంగల కత్తులు ఉండాయి. వాటితోనే పైన కింద కూడా గోక్కునేస్తారు. అయినా మనంత నొప్పిని వాల్లు వోర్సలేరు. వాల్లవి పిరికిపానాలు అయినా నాకు తెల్సి ఆ దేవుడు ఇవి ఈకుంటే ఏమి వాటి వల్ల ఏమి లాబము" అనే.

ఆ మాటకు ఈరవ్వ వుండుకొని "దేవునికి తెలీగ్గాదు. మన నవరంధ్రాలను కాపాడే దానికే దుమ్ము దూలి పోకుండా దేనికి అది ఉద్దిచ్చినాడు. మన ప్రాంతంలో ఎనకట కాలాన నీళ్ల కరువు ఎక్కువ. మైలు అర మైలు పొయ్యి నీళ్లు మోసుకొచ్చేవాళ్ళు. పొగులంతా ఎర్ర టెండలో కష్టం చేసి కాళ్లు చేతులు

కడుక్కునేవాల్లు ఎనిమిది దినాలకోనాడు నీళ్లు పోసుకుంటా ఉండ్రి. ఒకే రకం నూలు గుడ్డలుకట్టే వాళ్ళు. సబ్బులు కూడా లేవు బండతో ఒళ్లంతా మురికి దుద్దుకునేది కూగాటగాయి, సీకాయితో వొళ్ళు తలకాయి దుద్దుకునే వాల్లు. ఇంట్లో నల్లులు, తలకాయలో పేన్లు గుడ్డల్లో గొంట్లు పడేవి ఆ గుడ్డలు ఉతకను కూడా సబ్బుల్లేక సవుడు తోసుకొచ్చుకొని దాంట్లో ఉడకబెట్టి ఉతికే వాల్లు. అందుకే బయపడి ఆతులు ఉంటే వాటిల్లో కూడా పేన్లు గొంట్లు పడతాయని పెరుక్కోమరిగి అదే అలవాటయింది. మనము రుషులకు సంబంధించిన జాతోల్లమ్మ అనేవాల్లు పెద్దలు. ఎందుకంటే, వాల్లు కూడా నీల్లు నిప్పులు లేకుండా ఒల్లు మాసిన గుడ్డతోనే తపస్సు చేస్తారు. ఆ వాసనలు వారసత్తంగా వస్తానే ఉంటాయి. ఒల్లు మింద బొచ్చు కూడా అట్లే ఉంటుంది. కానీ ఇబుడు సాంపూలు, సబ్బులు వచ్చి ఆ పేన్లు గొంట్లు నల్లులు గొడవ తప్పోయింది. ఆడోల్లకు బయటున్నప్పుడు, బిడ్లు కనేటబ్బుడు, మొగుడు మిండగాళ్లతో పనుకున్నబుడు ఆతులుంటే అడ్డమనో, బాగుండదనో తీసుకో మరిగినారు.

ఎవరికో నూటికి కోటికి వొగరికి ఒల్లు మింద యక్కడే గాని ఎంటికులు మొలసవు. లేనోల్లనే బోడిది, బోడోడు అంటారు. అది వాళ్ళ వొళ్ళు దినుసు. అంతేల మేము చిన్న బిడ్డలబుడు మన ఊరికి దేపట్ల నాగమ్మ అని గంపలో అంగిడెత్తుకొని వచ్చేది. ఆయమ్మ మనిషి మట్టసంగా సన్నగా ఎర్రగా ఉండేది గిచ్చితే రగతం వస్తుంది అంత అందంగా పుట్టుకొనుంది. ఆయమ్మ పుట్టినప్పటి నుంచి మానం మీద ఎంటుకలేలేవంట. ఆయమ్మ ముసిలి అయిపోయినా కూడా ఊద కట్టి మోపుకోనొచ్చి అంగడి అమ్మింది. ఆడోళ్ళంతా కుశాలకు 'నాగవ్వ నీ కప్ప మింద ఎంటుకులు ఉండవటనే పట్టు చూద్దామంటే' చూడండే 'నా సవుతుల్లారా...' అని చీర పైకి ఎత్తేది. అందురూ ఆ యమ్మ కప్పకు పూజలు చేసినారంట.

కాదే పద్మ నీకు ఒగ కత చెప్తా ఇను. ఒగ ఊర్లో ఒగ మొద్దోనికి నూనూగు మీసాలతో పాయం పట్టలేక వాని సామాను చేత్తో అదం పట్టుకొని తిరగతా ఉంటే, నీ అట్లాడిది వాని అవస్త చూల్లేక. 'అన్ని దానాల కంటే కప్ప దానం

కూడా గొప్పదే కదా' అని పుణ్యానికి పోయి రాప్ప అనిందంట. వాడు తీర పోయి ఆయమ్మది చూసి ఆతులు లేవని అలిగి పాయినంట. ముందు కాలంలో పిల్లోళ్ళకు పెండ్లి చేస్తే పీతి గుద్దలతో దెంగులాడుకున్నారంట. అబటి నుండి పిల్లలకు పెద్దోల్లు చెప్పినారంట. ఆడదానికి మగోనికి ఆతులొస్తేనే ఆ పని చేసుకోవాలని. అందుకే వాడు అవి లేవని అలిగిపోయినాడంట. *'పుణ్యానికి పూకు చూపిస్తే ఆతులు లేవని అలిగిపాయినంట'* అని సాటవై నిలిచింది. కొంతమంది ఆడోల్లు సన్నగా ఉండి రచ్చలకు రంపులుకు ఎగేసుకొని పోతా ఉంటారు. వాళ్ళని చూసి దీనికి కుత్త మింద కండ లేదు ఏమి పరాక్రమము అని ఎగతాళి చేస్తారు. అదిగాక ఎముకలమెడ ఏసుకోనుండే ఆడదానికి మనిషి పైన పన్నపుడు మానం మీద ఉండే బుడిసెముక గుచ్చుకుంటుంది. అబుడు ఆతులు ఉంటేనే మెత్తగా ఉంటుంది అంటారు.

ఒగడు పెళ్ళాందెగ్గిరికి దినమూ పోయేదంట. వాని యవ్వనం వొచ్చేటబుడు లటుక్కున బయటకు లాగేసేదంట. ఆ యవ్వనమంతా ఆయమ్మ ఆతుల్లో కారిపోయేదంట. వాల్లొగరు ఈల్లొగరు ఏల మీకు బిడ్లుగాంది అనడిగినారంట. వాని పెళ్ళానికి కోపమొచ్చి అయిందంతా ఆతుల్లోపోతే బిడ్డ యాడ పుట్టేది. బొడ్లోనా అనిందట. వాడొగడు, ఈడొగడు వానికి చెప్పిరంట అట్ల కాదురా చేసేది అనిచెప్తే మల్ల నెల తప్పిందంటాయమ్మ. ఆడది కానీ మగోడు గాని ఎక్కువ దుబారా చేస్తా ఉంటే అప్పుడు ఏస్తారు ఈ సాటవ. *'అయిందంతా ఆతుల్లో పోతే బిడ్డ ఏడ పుట్టేది నా బొడ్డులోనా...'* అని.

అట్లా పదిమందిలో పన్న పాము అయినా బతుకుతుంది అంటారు. అట్ల ఏదైనా మనకు అంతు చిక్కంది ఉంటే మనకు కాగలిగినోల్ల కైనా చెప్పుకోవాల అప్పుడే తీరే మార్గం దొరుకుతుంది. అట్లా ఆడదానికి ఆతులు కూడా అందమే అనే ఈరవ్వ. ఆ మాటకు అందరం పక పక నవ్వు కుంటిమి.

మా గంగత్త మాట్లాడతా అయినా ఆ కాలం నిలకడగా ఉండే కాలం ఎర్రికాలం. ఇప్పుడు జరిగేది అతిరుష్టి అనారుష్టి సితినీ కాలం. ఇప్పుడు పుట్టిన బిడ్డ కాడ నుండి అన్నీ తెలుసుకుంటారు. అంతా బట్టబైలు. అంతా టీవీల్లో సెల్లులో చూపిస్తా ఉండారు. వేలు వేలు పెట్టి ఆ పూత డబ్బాలు తెచ్చుకొని కాళ్లు

చేతులు వొళ్ళంతా పూసి రాసుకుంటా ఉండారు. ఇబుదు అందరివీ సుగాసి పానాలు. నొప్పికి తట్టుకోలేరు నూటికి తొంబై మంది సులువుగా గోక్కుంటా ఉండారులే. అదీ మంచిదే కాకపోతే అవిపూసిన మరుసు నాడే ఒక ఎంటికి తావులో నాలుగు మొలస్తాయి. ఒల్లులు చెడుసుకుంటా దుడ్లన్నీ ఆగడం చేస్తా ఉండారు. మేము కాళ్ళ మీద చేతులు మింద ఉండే ఎంటుకుల జోలికి పోయేది లేదు. వొళ్ళు మీద ఒత్తు ఎంటుకలు ఉండే ఆడ మగను బలంగా తెలివిగా ఉండేవాల్లు అంటా వుండ్రి. ఇప్పుడు దాసరోల్లు కరువైనారు. దాసరోల్ల నోర్లు కొట్టి ఆతులుకు పూసే పూతడబ్బాలు అమ్ముకొని కోట్లకు పడగలెత్తే యాపారస్తుల కాలం నడస్తా ఉంది.

అయినా పుట్టాటంలో లేనిది పెట్టాటంలో రాదు. దేవుడు ఇచ్చినవన్నీ మన మేలుకే అనుకోవల్ల అనే!

మా అరువులు అయ్యేసరికి పొద్దుకూ మాకు సరిపాయ!

***

పిల్ల చేష్టలు - పెద్దోళ్ల రంపులు

“ఒసేయ్ శారదా నీ కూతురు ఆ గోడ మరుక్కుపోయి ఏం చేస్తాందో చూద్దువు రా... నా మనవన్ని కిందేసి, మింద ఎక్కింది” అని కేకేసింది నాగత్త.

రాధ నాగత్తను తిడతా “నీకెబుడూ నా కూతురు మీదనే సూపు” అంటా ఇంట్లో నుండి సులక బర్ర ఎత్తకచ్చి కూతురి పిర్ర మింద ఒకటి పీకి “వాని జతకూడదంటే కూడతావు” అని మగమల్ల కండ్లు చేసుకొని కూతురు చేయిబట్టి ఈడ్సుకొని ఇంట్లోకి పాయ. దాని కూతురు ఓ అని ఏడస్తాపాయ. నాగత్త మనవన్ని సొవు బట్టి పిండతా “నా బట్ట ఏలిడంత లేవు అబుడే జుమ్మెక్కిందా” అని ఈపున ఒకేటు ఏసే. వాడు కిర్లకొట్టి యాడస్తా ఉండాడు. పిల్లల కోసం పెద్దోళ్ళు ఇద్దరు తగులుకున్నారు ఒగ పక్క రాద “నీ మనవడు సితినే నాబట్ట నా బిడ్డకు అన్ని నేర్పిస్తా ఉన్నాడని” అంటే, నాగత్త “నీ కూతురే తులవ పూకుది నా మనవనికి నేర్పిస్తుంది” అని ఇద్దరూ తిట్టుకుంటా ఉండారు.

ఈ సందులో నేను పోయి ఏలంద్రా పసిబిడ్డను పట్టుకొనికొడతా ఉండారు. మీకేం పనిలేదా అని అరిస్తి. ఆయాలకి ఈరవ్వ వొచ్చే. ఏడ్చే బిడ్లను అంచుకు జారదీసి వాల్లను ఊరుకో పెడతా రాదను, నాగత్తను ఇద్దరిని తిట్టే. యాలండే

కన్నమ్మల్ని ఇట్లా పట్టుకొని కొట్టినారు మీరు బిడ్డలతో కన్నారా, కక్కినారా అని అరిసె. ఆ మాటకు నాగ పెద్దమ్మ వుండుకొని "కాదె ఈరవ్వ నా మనవని వొయిసు నాలుగేండ్లు రాద కూతురికి ఐదేండ్లు పూర్తి కూడా కాలా వాలిద్దురు మరుక్కుపోయి ఈడు చరాయి దిగనిడిసినాడు అది గౌను పైకెత్తింది ఇద్దరు ఒకరిది ఒకరు ఆనిచ్చుకున్నారు. ఈ వొయస్సుకే పొగరుబట్టింది. అదేనా బిడ్లకు లాకి ఎవరన్నా చూస్తే ఏమనుకోరు. సరిగ్గా మాటలు కూడా తిరగవు ఇప్పుడు నుండి దండిస్తే కదా" అనే నాగత్త.

"ఓసే మీ దిక్కారా సొయబుద్దే లేదు కదే మీకు మనమంతా కూడా అట్ల చేసుకున్నోల్లమే సంవత్సరం బిడ్ల నుండి పన్నెండు ఏండ్లదంక వొల్లు ఇడుగుతుంది మగ బిడ్డలు అయితే సుల్లుకాయి నలుపుకుంట పెరుక్కుంటా ఉంటారు పదే పదే. ఆడ బిడ్లు అయితే ఏలు పెట్టి గిబులు కొంటా ఉంటారు. అంతమాత్రాన ఆటికి చెయ్యి పోయే కొద్ది మనం గెదురుకొని కొడతా ఉంటే వాల్ల మానాన్ని వాల్లు చూసుకునే దానికి కూడా బయపడతారు. నా కూతురు బిడ్డ ఉండాడు. వాడు వొళ్ళు మింద సరాయి ఉన్నిచ్చుకునేదేలేదు. ఏసిన కాన్చేడి కంత పెరికేసి ఒక మూలకుసోని వాని సుల్లిగాయి చేత్తో సాగ పేర్కొనేది. వాడు ఆ పని చేసుకున్నప్పుడల్లా వాళ్ళమ్మ చేమింద కొట్టి పెరికేసేది. అట్ల పెరుక్కో వద్దురా అని చెప్పి పక్కకు తీస్తే చాలు వాడు ఊరంతా పెరక్కొచ్చేడిగా పడిపడి దొర్లి ఏడ్చేది. మూడేళ్లు ఈ మాదిరి ఉన్నాడు మల్ల మానేసాడు. మా ఈముకురాలు కూతురు సరాయిలో చేయి పెట్టి గిబ్లుకుంటా ఉంటే ఆ బిడ్డ చేయి పెట్టుకున్నప్పుడల్లా చేతి మీద కొట్టి తిట్టి బయం పెట్టినారు. దానికి బుద్ధి రానంక దాని ఒల్లును వాల్లమ్మకూడా చూపించేది కాదు. ఎవరి ముందరే గాని గుడ్లు మారిసింది కాదు. దాని వొళ్ళు మింద ఎవరన్నా చెయ్యేస్తే మెరుపే గతం చిటపటలాడేది. అట్లే దానికి పెండ్లి చేసినారు. మొగుని అంచున పడుకోక వానికి వల్లక వాడు దాని గుడ్డలు పైకి తీస్తే ఎగిరి తన్ని అలిగి పుట్టింటికి వచ్చేసింది. దానికి నచ్చజెప్పి కాపారానికి పంపిచ్చేదానికి ఆరు నెలలు పట్టింది. అంత బయపడిపోయింది.

మనిషి దాకా యాల. కోళ్లు, కుక్కలు, గువ్వలు ఆవులు ఇట్లా వాటిని

చూడండి. అవిటి వొళ్ళును అవి పదే పదే నాక్కుంట గీక్కుంటా నోటితో కొరుక్కుంటా ఉంటాయి. వొళ్ళు తత్వమది. మాయవ్వ చెప్పేది మాకు దినమూ మన ఒళ్లును మనము శోదించుకోవాలని. మనకు కనిపించే మన మానాన్ని, మన నోరు, మన కండ్లను నిత్తెము తేరిపారి చూసుకోవాలంట. అది కూడా మనిషికి ఆరోగ్యం అని చెప్పేది. మనకెట్ల యనక పక్క కనపడదు. కానీ కనిపించే దాన్నంతా శోధించల్లాని అబుడే మనోల్లు మింద మనకు మమకారం పెరుగుతుంది అని చెప్పేది. ఊరికే కన్నమ్మలను బయపెట్టబాకండి. మేము చిన్నప్పుడు కూడా కాడుమాను సై - కప్పలక్క సై అని కుచుకుచుపుల్ల కూరాకుపుల్లలాంటి ఆట్లు ఆడతా వుంటిమి. వాల్లకు బుద్దొస్తే అన్ని తెలుసుకుంటారు. పిల్లోల్లకు పెన్నిండ్లు చేస్తే పీతి గుడ్డలతో చేసుకున్నారన్నట్లు వాళ్లకేం తెలుస్తుంది. ఇట్లా వాటికంతా రంపు లాడుకుంటరా సూసీసూన్నట్టు పోవాలగని, పిల్లోలు ఈ పొద్దు కొట్టుకుంటారు రేపు ఒకటవుతారు. మగం నిస్టురాలు వచ్చేది పెద్దోళ్లకే! ఇట్లాంటివన్నీ ఇడిసి పన్లు చూసుకో బొండి అని ఇద్దర్ని దండిచ్చి పాయ అవ్వ. ఈ పిలకాయలు మల్ల ఇద్దరూ ఒకటై ఆట్లాడుకొను పాయిరి. అందుకే పిల్లోల్ల రంపుల్లో తలకాయలు దూర్సకూడదు అనేది.

***

ఆవిటి గాలికి యాగటైనట్టు

"**మే** బుజ్జీ... మే బుజ్జీ లెయ్యి పొద్దు బారెడెక్కింది. కాల్లు నిగడ దన్నుకొని పనుకోనుంటే చూసినోల్లు నిన్నేమి అనరు మమ్మల్ని తిడతారు. రేపు ఎవునికన్నా ఇచ్చి చేస్తే వాల్ల ఇంటికాడ కూడా ఇట్లే పొనుకుంటే, వాల్లమ్మ నాయన ఏమి తీరువాకు తీర్సినారని మమ్మలనంటారు. లేసి నీళ్లకు పో" అని మాయమ్మ ఒకటే సొన కొడతా ఉంది. ఆయమ్మ అరుపులకు తట్టుకోలేక బలవంతంగా లేసి కండ్లు పులుముకుంట వాకిట్లో నిలబడితి "వాకిట్లో అడ్డంగా నిలబడద్దు మగం మింద నీళ్లు చల్లుకొని నీళ్లుతే పో" అనే మల్ల మాయమ్మ.

ఊరు బయట బోరింగు ఉంది. మేము వాడుకోను తాగను ఆ నీళ్లే తెచ్చుకుంటాము. దూరం అని రెండు బిందెలు ఎత్తుకొని పోయి తల మీద ఒకటి, నడుము మింద ఒకటేసుకోని నీల్లు తెచ్చుకునేది. నేను రెండు బిందెలు ఎత్తుకొని నెత్తిన సుట్ట పెట్టుకోను తువాలు ఎత్తుకొని నా జతగత్తె పద్మను పిలుసుకొని పోదామని వాల్ల ఇంటి కాడికి పోతి. మే పద్మ మే పద్మ అని కేకేస్తి. అది కూడా నా బాపతే. ఇబుడే నిద్ర లేచింది. వాళ్ళమ్మ "ఇట్లా పనుకో పోయిన తావన పరకతో కొట్టి తరమతారు మల్ల మూడు దినాలకు మల్లు కొని వొచ్చేద్దువు. ఆడదానికి సంసారం మింద ఆశాపన ఉండల్ల. ఇంటి నిండా ఇసారం పసారం లేని ఆడది, సట్టి నిండా సయి సారం లేని కూర ఉంటే గుణమేముంది" అని పద్మ వాల్లమ్మ నోటి మింద కాయి వాలకుండా తిడతానే ఉంది. పద్మ బిరబిరా లేసి కడవలు ఎత్తుకొని ఇంట్లో నుండి బయటకొచ్చే. మల్ల పద్మ వాల్లమ్మ "బంగారట్ల తోడు బాయినీల్లకు పోతందని కడవలో నీళ్లు కల్లలో (కంచె) పోసి పాయనంట నీ అట్లాడిది. మాట్ల సంబరాణ పడకుండా బిన్న నీలెత్తుకొని రండి"

అనే. మాయమ్మ వాల్లమ్మ ఎన్ని అన్నా మేము ఈ సొవుతో ఇని ఆ సొవుతో వదిలేసేదే.

పద్మ నేను బిందెలు ఎత్తుకొని దావింటి నడస్తా ఉంటే పద్మ "కాదుమే నిన్న నేను జోడు చింతమాండ్ల కాడ కుంటాట ఆడతా ఉంటే రమణ గాడు నా కల్లా చూసి 'జామకాయలు బాగా ఎగరతా ఉండాయి పెరుక్కొని తినాల' అనే. ఆ నా బట్టను పరకతో కొట్టల్ల. మా అమ్మకు చెబదాం అనుకుంటి మల్ల ఎందుకు లే రంపు అని గమ్మున ఉండిపోతి"అనే పద్మ. "ఆ నా బట్ట అంతే ఎవుర్ని చూసినా ఏదో ఒకటి అంటా ఉంటాడు బలే పొగరునాబట్ట. నన్ను కూడా ఆ సీనుగోడు 'ఎబుడు మరదలా నన్ను చేసుకుంటావా? నేనే నీకు బొట్టు కట్టేది' అంటాడు. యా పొద్దో ఒకనాడు మాయమ్మ నాయనకు చెప్తా" అని ఇద్దరం చెప్పుకుంటా పోతా ఉండాము.

మేమిద్దరము ఒక ఈడోల్లమే అని ఊర్లో ఆడమగ మమ్మల్నిద్దర్నీ చూసి మీరిద్దరూ ఈ లోపలనే ముంత పొక్కల కొడతారు అని ఎగతాళి చేస్తా ఉంటారు. వాల్లామాట అన్నప్పుడల్లా మాకు ఒల్లు అగ్గి మండేది.మా ఊరి బోరింగు మాంతమైనబిరుసు. సుమారుపాటి ముసలీముతక కొట్టాలంటే తనకులాడతారు. పాయమోల్లు, పిల్లలైతే బాగా సులువుగా కొడతారు. పద్మ నేను చెరోపక్క బోరింగ్ పట్టుకుని దబ దబామని పది నిమిషాల కంతా బిందెలు నింపుకొని ఒకరుకొగరు బిందెలు తల పైకి నడుము పైకి ఎత్తుకొని దావ మల్లినాము. జయత్త "పద్మా నిలబడే అని ముడ్డికల్లా చూసి ఎనక ఎర్రగా మడ్డి అయింది. నువ్వు పెద్దమనిషి అయినవే పొయి అమ్మకి చెప్పు" అనే. ఆ మాటకు పద్మ ఏడుపు మగం పెట్టే నేను అది ఇద్దరం బయపడిపొయినాం.

ఎట్లమే బుజ్జి, ఇంటికి పోతే మాయమ్మ కొడుతుందేమో అనే పద్మ. ఏమి అనదులే రా పొదాము నేను వస్తానని ఇద్దరం పద్మ వాల్లింటికి పోతిమి. "ఏమే పద్దనంగా కడవలు ఎత్తుకొని పోయి ఇబుడొస్తా ఉండారు బయము దిగులు లేదే మీకు" అని తిడతా ఇంట్లో నుండి బయటకొచ్చే అత్త. "కాదత్త పద్మకు యనక ఎర్రగా అయింది చూడు" అంటే పద్మ చేతిలో కడవలు దించి పక్కనపెట్టి

ఏంది పట్టు అని చూస్తానే అత్తకు మగం కాసింత అయిపాయె. పద్మ కూడా ఏడుపు మగం పెట్టింది. వాళ్ళిద్దర్నీ చూసి నేను బిత్తర పోయి ఇదేమన్నా పెద్ద తప్పేమో అనుకుంటా ఉండ మనసులో.

నువ్వు ఈ మాట ఏడనొద్దు ఇంటికి పో అనే నన్ను. పద్మను నువ్వు ఇంట్లోకి పోవద్దని సూరికింద కుసన్న పెట్టి ఊరు పెద్ద గౌరమ్మను పిలసకరాను పరుగెత్తే. నేను ఈ సందులో గబుక్కున ఇంటి కాడికి పొయ్యి నీళ్ల కడవలు దించేసి అదే పరుగున పోతాఉంటే మాయమ్మ చూసి ఏడికే మల్ల పోతాఉండావు అనే. ఆయమ్మ మాటలు చెవిలో వేసుకోకుండా పరిగెత్తి మల్లా నేను పద్మ దగ్గరికి వస్తి. ఆయాలకే ఊరు పెద్ద గౌరమ్మ వొచ్చి "ఇది పెద్దమనిషి అయింది ముట్టుగుడిసె మేనమామ వేయల్ల. మేనమామ లేకుంటే మామ వరసైనోల్లు ఎవరైనా ఏయొచ్చు దీనికి మేనమామ నర్సిగాడు కదా వాన్ని పిలిపించి టెంకాయాకు, తాటాకు, ముట్టాకు ఊడగాకుతో గుడిసెయ్యల్ల. అట్లే ముట్టాకు ఊడగాకు సర్వసుద్ది ఆకు ఏసి కాగ బెట్టిన నీళ్లు పోయాలి దాని గుడ్లు, అది తినే గిన్నె తాగే సొంబు అన్నీ బయటపెట్టే" అనే గౌరమ్మ. పద్మ వాల్లమ్మ నన్ను పద్మ దగ్గర కుసన్న బెట్టి నర్సిగానికి చెప్పను పాయ. ఆయాలకు పద్మ వాల్ల నాయన కూడా వొచ్చే. ఒగపక్క గుడిసె ఏస్తా ఉంటే ఇంకో పక్క పద్మకు పసుపు పూసి నీళ్లు కాగా పెట్టి పోసిరి. జడ నిండా పూలు పెట్టి బాగా తయారు చేసి గుడెసలో కూసన్న పెట్టి "ఈ పొద్దు నుండి తొమ్మిది దినాలదంకా కూరఏసుకుని అన్నం తినకూడదు, తీపన్నమే తినల్ల. లేదంటే బయటయినప్పుడల్లా మైలు వాసనొస్తుంది." అని జెప్పి పొయినారు.

ఇంట్లో ఉండే నూలుచీరలు నూలుపావడాలు పంచులు బార బార పొడవున చింపి మడత లేసి ఇచ్చి మైల పై గుడ్డలకు అంట కుండా ఎట్లా లోపల బట్ట పెట్టుకోవాలో పెట్టి చూపించే. మైలు గుడ్డలకంటనీకుండా చూసుకో మైలైన గుడ్లన్నీ ఒక తావున పెట్టు అవి ఎవరూ చూడకుండా ఎత్తకపోయి కాల్చేయల్ల వాటి మీద పక్షులో పాములో పారాన్నాయంటే నాగదోషం అంటుతుంది అని చెప్పి, పద్మ వస్తువులన్నీ ఆ గుడిసె లో పెట్టి పద్మ జతకు నన్నుపెట్టి వాల్లమ్మ పద్మకోసం నల్లనువ్వులు ఏయించి బెల్లం ఏసి సిమ్ములుంటలు కొట్టించింది

తినేదానికి. అట్లే ఉద్దులు ఏంచి బెల్లంనెయ్యి ఏసి పొడి కొట్టించింది. అది తిని కడిగిన నీళ్లు కూడా గుంతలో పోసి మూత ఏస్తా ఉండారు.

పద్మను తొమ్మిది దినాల్నాడు ఇంట్లోకి తీసుకుంటామని ఊర్లోవాల్లకు, చుట్టాలకు, బందువులకు అందరికీ చెప్పినారు. పద్మకు మల్ల ముట్టాకు ఊడగాకు సర్వసిద్ధాకుతో నీల్లు పోసి కొత్త గుడ్లు కట్టి పూలజడ కుట్టి పెండ్లి కూతురే గతం తయారు చేసినారు. నేను కూడా పద్మ పక్కనే ఉంటా కాబట్టి నేను కూడా కొత్త గుడ్డలు ఏసుకుని బాగా తయారు అయినా. సందకాడ అమ్మ లక్కలంతా వొచ్చి మేనమామను పిలసకచ్చి గడపట్లో నిలబెట్టి కోన్ని కోసి ఎర్రనీళ్ల బొట్టు పెట్టి ఇంట్లోకి తీసుకుంర్రి. బలే సంబరంగా చేసినారు. ఇంకా వొచ్చిన బంధువులందరూ పద్మకు మిటాయిలు కొత్త గుడ్డలు తెచ్చినారు. ఆ పొద్దు వాళ్ళింట్లో పప్పు పరమాన్నంతో అన్నాలు అందరూ తిని ఉద్లుఉడ్లగా కుసున్నారు. పద్మ వాల్ల నాయన సైడు బందుగులు, వాల్లమ్మ సైడు బందుగులు పద్మను మా ఇంటికి ఈయల్ల అని వొగరు, పద్మ మా సొత్తు అని వొగరు ఇట్లా మాటలన్నీ జరిగినాయి.

అబుడు పద్మకు నాకు కూడా ఏమీ అర్థమయ్యింది కాదు. ఇంగ ఆ మూడో దినం నుండి ఆ పదినాలకు ముందు ఆడిన కోతికొమ్మ,కుంటాట, ఈత కొట్టేది ఇట్లాటివి ఆడనిచ్చేదిలేదు. ఎబుడూ రొమ్ముల మీద పైటేసుకునే ఉండల్లనేది. మగపిల్లలతో మాట్లాడనిచ్చేది లేదు. పదిమందిలోన నగనిచ్చేది లేదు. మేమేందో పెద్ద తప్పు చేస్తే దానికి మాకు దండనేసినట్టుంది మా పని. మేము ఆటాడిన, పాట పాడినా మా ఇంటోల్లే కాక ఊరోల్లు కూడా దండిచ్చే పని పట్నారు. ఒకనాడు మాకు కదిరి పున్నం పండగొచ్చింది. పండగ నా పొద్దే బయటుండి పోయినానని దరిద్రం దానివి అని అందరూ తిట్టే పనే. చుట్టుపక్కల ఉండొద్దు పండగ అయిపోయిందంకా మడికల్ల ఎలిపో అని తిడతా ఉంటే అబుడు మా యవ్వ అంటే మాయమ్మోల్లమ్మ లచ్చుమమ్మ మా ఇంట్లో వాళ్ళందరినీ తిట్టింది. ఇప్పుడే ఈ ఇంతలన్నీ! మాయవ్వల తాతల కాలాన ఆడది బయట జేరితే దేవుడు కరుణించినాడని బయట జేరిన ఆడదాన్ని దేవత మాదిరి ఎంచుకొని చూసేది. దేవుడే సుట్టిచ్చినాడు అని నమ్మేది. ఏ గుల్లో దేవుని పక్కన ఆడది లేంది?

ఆ ఆడోల్లంతా బయటుండరా? పీట్ల మింద పెండ్లి కూతురు బయట ఉన్న అనిష్టం అంటారు. పండగలకు, పెన్నిండ్లకు, దేవర్లు చేసేటపుడు బయటుండ కూడదు అంటారు. సావుల దగ్గరకు కూడా రాకూడదు అంటారు. మా ఊర్లో ఇబుటికీ బయటుండే ఆడదాని చూస్తే ఇంట్లో మొగోనికి మగము ముటకరింపే, ఆడదాని పొందుదొరకదని. అయిందానికి కాందానికి అన్నిటికీ అందరికీ అడ్డమే ఆడదాని ముట్టు. దేవుడిచ్చినవన్నీ మంచివైనప్పుడు ఇది కూడా మంచిదే కదా దానికి ఏమన్నా తలుపా దాలమందరమా బీగమేసుకోను అని ఆపొద్దు మా ఇంట్లో వాల్లను మందలిచ్చే మాయవ్వ! ఆ పొద్దు నుండి ఎప్పుడు బయట అయినా అది అర్ధరాత్రి గాని అపరాత్రి గాని మిట్ట మద్యాన్నంగాని మావిటేల గాని, రోగవొచ్చినా రొచ్చొచ్చినా తలకాయకి నీళ్లు పోసుకోవలసిందే. లేదంటే ఇంట్లోకి రానీయరు. ఇట్లా జరగతా వుంది. మేము ఇదేం కర్మరా నాయనా అనుకుంటా ఒకనాడు మద్యానంగా నేను పద్మా మా ఇంటి ముందర కుసోని అచ్చందరాల్లాట ఆడుకుంటా ఉన్నాము. మా లచ్చుమవ్వకు అప్పటికే 80 ఏండ్లు అయినా ఆయమ్మకు కంటి చూపు మాటతీరు బింకము బాగుండాయి. శీను గోడు, నర్సి గోడు మాపొరి గోడ కింద కూసోని గసక్కాయిలు మా మీదకు ఇసరత ఉంటే అది చూసి మా యవ్వ పోంద్ర "నా బట్టలారా. మడ్డకు సరిగ్గా నీళ్లు దిగినాయో లేదో అప్పుడే బొక్కలు తారాడుకుంటా వొచ్చినారు. అంత నిగడతా ఉంటే చేతులతో గిల కొట్టుకోపొంద్రా నా బట్టల్లరా. మా బిడ్ల జోలికొస్తే ఎలక నూక్కాయల పొడి చల్లమంట. నవ్వ మంట ఎత్తుకొని సస్తారు. బద్రం ఈ చుట్టుపక్కల కనబడకూడదు" అని తరిమేస. ఏమండే పిల్లవి మీరు ఒంటిగా పోయేటప్పుడు యామారకుండా ఆ పొడి కొంచెం పొట్లం కట్టుకొని పెట్టుకోనుండండి అనే మా యవ్వ. ఆ ఎలక నూగ్గాయిల పొడి వగరవ్వ వొళ్ళు మీద పడితే చాలు ఒళ్లంతా నవ్వ మంట ఎత్తుకొని వొళ్ళు మింద అగ్గి జాలమైపోతుంది. ఎంత కొమ్ములు తిరిగినోళ్ళయినా దాని దెబ్బకు తట్టుకోలేక ఏడ నీళ్లు ఉంటే ఆడదుంకి తనకలాడాల్సిందే. అంత పని చేస్తాయి అవి.

"ఏమండే పిల్లవీ అచ్చందరాల్లు ఆడితే వాన్లు పడవు అంటారు. ఆడద్దండి లేసి ఇండ్లలో పండ్లు చేసుకోపోండి" అనే మాయవ్వ. నేను ఉండుకొని "మేము

ఆడేది వానదేవుడు ఏమన్నా సూస్తాడేమవ్వా” అని అడిగితి. ఆ మాటకు మాయవ్వ “చూస్తాడే వానదేవునికి, గాలిదేవునికి వయసులో ఉండే ఆడోల్లంటే ఎంతో బెమంట. మా పెద్దోల్లు మాకు ఒగ కత చెప్పేది. అనగనగా ఒక ఊర్లో ఒక రాజు రాణి వుండేవాల్లంట. వాల్లకు పెండ్లై పదేండ్లయినా సంతానం కలగకున్నా ఉంటే ఎన్నో నోములు, రతాలు, పూజలు, దానాలు చేసి దేవుల్లకు వొరపడితే ఒకే ఒక ఆడబిడ్డ పుట్టిందంట. ఆ బిడ్డను పైన పెడితే పచ్చులెత్తకపోతాయేమో! నేల పెడితే మన్నైతుందేమో అని అల్లారుముద్దుగా సాకతా ఉండారంట. ఆ ఊరికి ఎక్కడ నుండో సాదువులు వచ్చింటే ఆ ఊర్లోటి జనమంతా చెయి చూపించుకుంటా ఉండారంట. ఆ మాట ఆడబడి ఈడబడి రాణి సొవులో బడింది. రాణి వోయి రాజుకు చెప్పింది ఇట్లా ఫలానా సాదువులు వొచ్చినారంట. మన బిడ్డ జాతకం కూడా చూపిద్దామని. ఆ రాజు వెంటనే పిలిపించమన్నాడు. మూడేండ్ల బిడ్డ చెయి చూసి ఈ బిడ్డకు పెండ్లిగాకనే తల్లి అయ్యే జాతకం ఉంది అని చెబుతారు వాల్లు. అట్లయితే మన రాజ వంశానికి ఎంత కలంకం చుట్టుపక్కల రాజుల్లో మనకు ఇలువ ఉండదని, ఆ బిడ్డకు తచ్చనమే ఒంటి స్తంబం మేడగట్టి ఆ మేడలోకి వాల్లమ్మ మాత్రమే పొయి ఆ బిడ్డ బాగోగులు చూసి వొచ్చేటిగా కట్టుదిట్టం చేసినారు. ఆకీరుకు వాల్ల నాయన కూడా వోయేది లేదంట. ఆ బిడ్డ అంతె ఇంతై ఈడొచ్చి పెద్దమనిషై చూడచక్కగా ఉందంట. ఒళ్లుమింద వయసు పడేసరికి కామమైకం ఎక్కువై ఏమి చేయాలో తెలీక, పాయం పట్టలేక, మంచి మాగ మాసం ఆవిటి గాలి సల్లగా తోలతా ఉంటే, సరిగ్గా పరమట సూర్యుడు మునగడానికి అరచేయంత కనబడతా ఉంటే, ఆ సూరున్ని సూతగాన్ని చేసి చంద్రుడు మేలుముసుకు వేసుకొని ఉన్నబుడు, ఈ యమ్మ గుడ్లన్నీ ఇప్పేసి బిత్తలోల్లుతో ఆ మేడ పైన ఎల్లెలకల వొనుకొనుంటే, గాలిదేవుడు బోరుమని మోరస్తా వొచ్చి ఆ యమ్మ రొమ్ములు మానం ఆపగోపాలమంతా సక్కలగిల్లి పెడతా సుగాసిగా కామతాపం తీర్సినాడంట. ఆ సూర్యుడు మునిగి చంద్రుడిముసికి తొలిగి తేరిడయ్యేసరికి ఈ గాలి దేవుడు ఆయమ్మ ఒల్లు సల్లబరిసినంట. అబుడు ఆ యమ్మకు నెల తప్పి యాగిటయిందంట. ఈ మాట ఆ రాజుకు తెలిసి వాల్లమ్మని నిలదీసినాడు. ‘నిన్ను కానకుండా ఎవుడు వోయినాడు’ అంటే ‘సామి ఎవరు పోలేదు అది ఎట్ల

జరిగిందో నాకు తెలియదు' అని బంగపోయింది. రాజు ఆ కూతుర్ని ఎవరో చెప్పు వానికే ఇచ్చి పెళ్లి చేస్తాను. లేదంటే నీ తల ఊరికి ఉత్తరిస్తానని అన్నాడు. అప్పుడు ఆ రాజు కూతురు నాయనా నాకు పాయమొచ్చి కామతాపాన్ని తాళలేక ఇట్లా బెత్తలతో మేడ మీద పనుకోనుంటే గాలి దేవుడు నన్ను మోయిచ్చినాడు. అని చెప్తే అబుడు ఆ గాలిదేవుని పట్టను సాద్యం కాక, బిడ్డ తల్లిని పెండ్లి చేసుకుంటే నా రాజ్యంలో అర్ద రాజ్యం ఇస్తానని ఆ రాజు చాటింపేసినాడు. అబుడు పొరుగు దేశం రాజు కలిసొచ్చే కాలానికి నడిసొచ్చే కొడుకు వచ్చినాడనుకొని ఆ రాజూ కూతురిని పెళ్లి చేసుకొని సకల సంతోషాలతో ఉన్నారంట. అట్లా అది కతై నిలిచింది. అప్పటి నుంచి వయసులో ఉండే ఆడోల్లు ఆవిటి గాలికి పనుకుంటే యాగిటైతారని సాటవై నిలిచింది. మేము వయసులో ఉన్నప్పుడు ఎక్కడన్నా ఎల్లెలకల పనుకుంటే ఆ గాలికి పావల్లు పైకి లేస్తాయి అవి చూసి మా పెద్దోల్లు అవిటి గాలికి పనుకుంటే యాగిటైతారు పనుకోవద్దండే అనేది.

"ఆ కాలాన నా జతగత్తె ఉత్తమ్మ అని ఉండేది ఎవురన్నా వొద్దన్నపనిని వాలా మించి చేస్తుంది. ఇరుడ్డం అంటే శరద్దం అనే రకం అది. నన్ను ఏమార్చి పని ఉంది రామ్మే అని తోడుకొని పాయ. మావిటాలకాడ చుట్టుపక్కల సుసేతలంకా మనసులు లేరు. కాదు మే ఆవిటి గాలికి యాగిటి అయితారంటారే మనము పొనుకోని సూతమురా అనే. నేను పనుకోనుమే సామీ నాకు బయము మా అమ్మ వాల్లకు తెలిస్తే చంపేస్తారు అంటి నేను. అవన్నీ ఉత్తుత్తి మాట్లేరా చూద్దాము అనే. నేను పనుకోను కావాలంటే నువ్వు పోనుకో నేను కావిలుంటా ఎవరూ రాకుండా అంటి. ఆయమ్మికి బలే గుండె దైర్యం. నేనున్నానని సిగ్గు కూడా ఏరుసుకోకుండా గుడ్లన్నీఇప్పేసి బెత్తలతో ఎల్లెలకల బండమీద పోనుకుండే. ఆవిటిగాలి గుప్పిచ్చి గుప్పిచ్చి తోలతా ఉంది. అది పనుకోని కండ్లు మూసుకుండే. నాకు ఒక పక్క కాల్లుజేతులు జిడ జిడ అదర్తా ఉండాయి ఎవరన్నా వొచ్చి చూస్తారేమో అని. ఇంగలేమ్మే సామీ పదాము అంటే ఎంతసేపుకి లెయ్యదు. బలవంతంగా చెయి పట్టి లేపి గుడ్లు తొడుక్కోమని ఇంటికి వచ్చేస్తిమి. ఇంటికొచ్చిందంక నాకు పానంలో పానం లేదు.

ఇంటికొచ్చి కాచ్చేడి కూసోని మల్ల అడిగితి ఎమ్మే అట్లా పనుకోనుంటే నీకేమనిపిచ్చా అని. అది మాటలతో చెప్తే అలివి కాదుమే పొనుకుంటేనే తెలుస్తుంది అనే. ఏమైందో చెప్పమ్మే అంటే ఏమి గాలా ఒళ్లంతా సక్కల గిలి అయ్యింది అంతే అనే. నాకంత దైర్నం లేదులే అని నేను గమ్మునుండిపోతి.

ఇదే మాద్రి వానదేవుడు కూడా మోహిస్తాడు ఆడదాన్ని అని కతలు చెప్తా ఉండిరి. సాతి కార్తీలో అట్లా బెబ్బటానా గాక ఇట్లా తుంపరాగా కాక ఒగ మోజుగా గాలిలేని వాన నిలగురస్తా ఉంటే ఒగాయమ్మ ఇట్లే పాయం పట్టలేక బండమీద బెత్తలతో పనుకునిందంట. అబుడు ఆ వాన దేవుడు ఆయమ్మ తను తీర్చినాడంట అందుకే అంటారు సాతివానలొచ్చి సతితాపం తీరిందని ఆడది పాయానికొస్తే ఆ పంచబూతాలు ఆడదాని తాపం అంచతాయంట. అదే మొగోనికి పాయమస్తే వాంది వాడే పిసుక్కోవాల్సిందే. అందుకే బద్రం మొగోడుండే తావుల్లో ఒళ్లంతా కండ్లు పెట్టుకొని ఉండాల. ఎలకనూక్కాయి పొడి యామారొద్దు. ఏది లేకున్నా ఒళ్లంతా బింకముతో ఉండల్ల. ఆ కాలాన ఆడదాన్నిఏ మందలో కట్టినా మన గ్యాట్లో ఈనితే మనబిడ్డేలే అనుకోని సాకే వాళ్లు. ఇబుడు జనాలకి సొంత బుద్ధి మట్టమై చెప్పుడు మాటలకి తలకాయలు వాలేసి పతివర్తతనాన్ని అంటగట్టినారు. మీ కాళ్లు చేతులు మీ కడుపులో పెట్టుకొని పారాడల్ల" అని మా అవ్వ మా ఇద్దరికీ బుద్ధి చెప్పకొచ్చా.

ఆయమ్మ ఎంత చెప్పినా ఆ వయసులో మాకు ఒళ్లు బుద్ధి ఏకమై బలంగా ఉండాయి. ఎవరన్నా మాకు బుద్ధి మాటలు చెప్తా ఉంటే ఒల్లు ఇరుసుకొనేది. మగం సిట్లిచ్చుకుంటా ఉండేది. సేతులు కాల్తాయేమో అనేది పెద్దోళ్ల బయము సేతులు కాలుసుకొని సూత్తాములే అనేపాయం మాది. మాకు సేతులు కాలినబుడే బుద్ధి ఒల్లు ఏరుబడేది. ఏదేమైనా మా అవ్వ చెప్పిన మాట్లన్నీ మంచివే.

***

అవ్వ చెప్పిన కిటుకు

మా ఊరు చుట్టుపక్కల చింత తోపులు ఎక్కువ. ఈ శివరాత్రి పండగ నెలంతా చింతమాండ్లలో చింతకాయలు బాగా మాగి రాలే కాలమది. మేము ఈ నెల దినాలు చింతకాయ ఏరకచ్చి పోసుకుంటేనే సంవత్సరమంతా మాకు పులగూర్లకు, పులుసుకూర్లకు వూరిబిండ్లకు, గొజ్జులకు, చింతచార్లకు, రసాలకు, చాపలకూరకు సరిపోతుంది. సంవత్సమంతా యసనం లేకుండా తింటాము. అందుకే మాకు ఈ చింతకాయి అంత పాముక్కిము. అది కాసేది కూడా సంవత్సరానికి వొగసారే అందుకే సంవత్సరానికి సరిపడా ఎత్తిపెట్టమంటారు పెద్దోల్లు.

పెద్దోల్లు పన్లకు పోతూ వయసు కొచ్చిన ఆడపిల్లోల్లకు మగపిల్లోలకు చింతమాండ్లలో గాలికిరాలి కిందపన్న చింతకాయలు యారకచ్చి ఇండ్లలో పోసే పని పెడతారు. మా ఊరు పిల్లోల్ల విషయానికొస్తే పన్నెండేళ్ల లోపల ఉండి పావడ సోలి ఏసుకుండే ఆడబిడ్డలు ఆరేడు మంది ఉంటారు. ఇదే ఈడు చొక్కాయి నిక్కర్లు ఏసుకునే మగ పిలకాయలు ఐదు మంది. పన్నెండేళ్లు పైబడి పైట పావడాలు కట్టుకునే ఆడపిలకాయలు ఆరు మంది ఉన్నారు మూతిమింద నూగుమీసము వొచ్చి ఫుల్లు రెట్లు సరుట్లు ఏసుకొని లుంగీలు కట్టుకునే మగోలు ఇంకో ఆరుమంది ఉన్నారు.

మా ఈడు ఆడమగ పిల్లకాయలమంతా గాలి తోలినబుడల్ల చింతమడుల సుటకారం గస్తీ కాసేవాల్లం. ఈ శివరాత్రి నెలలో గాలి కూడా గుంపులు గుంపులుగా తోలుతుంది. ఆ గాలి పేరే చింతకాయలు రాలిపే గాలి. చింతమాండ్ల కింద పిలకాయలమంతా సంత బ్యాగులు ఎత్తుకొని ఒగో కొమ్మకు వొగరం ఎగ చూసుకోనుంటాం. గాలొచ్చి ఆ కొమ్మల్లో నుండి కాయలు టప టపా కింద రాలితే చూడల్ల పిలకాయలమంతా గుంపులు గుంపులుగా కింద మీద పడతా పరిగెత్తుకొని పోయి పన్నకాయలని జవిరి బ్యాగులో ఏసుకుంటా," ఆ కాయి ముందు నేను చూసిన ఈ కాయ నాది" అని పెరుకులాడుకుంటా, గుంజుకుంటా కొట్లాడుకుని ఎవరి బ్యాగ్ ఎక్కువగా నిండిందో వాల్ల బ్యాగులు కల్లా చూసి కుల్లుకుంట మల్ల ఒగటై నవ్వుకుంటా మాగిన చింతకాయలని చీకతా ఉంటారు. మాకు ఆ నెల దినాలు ఈ సంబరం ఉంటుంది.

ఈ పొద్దు పైట పావడ ఏసిండే మా ఈడు పిల్లలంతా మా ఊరు తూర్పునుండే చింత తోపులోకి పోదాం అనుకున్నాము. సరస, గంగ, పద్మ, నరిసి, మల్లక్క నేను ఆరు మంది పోవాలనుకున్నాము. నా పాన నేస్తురాలు పద్మ. నామింద రెండేండ్లు పెద్దది అయినా నాకు బాగా కుదిరింది. సంత బ్యాగు ఎత్తుకొని దాని పిలుద్దామని పద్మ వాల్లింటికి పోతి. పద్మ ఇంట్లో వాల్ల ముత్తవ్వ బతికే ఉంది. గెట్టి ముసలిది. ఆ యమ్మ వయసు తొంబె పైమాట అంటారు అందరూ. మనిషి పారాడలేందు కానీ కంటిసూపు, మాటబింకం, గ్యాపకశక్తి బాగుండాది. ఈ వయసులో కూడా ముద్ద సంగటి నిలపకుండా తింటుంది. వాగిట్లో అరుగు మింద కుసోని దొన్ని కట్టి చేతిలో పట్టుకొని ఉంటుంది.

ఇంటికాడికి కోడి కుక్క మనుసులు ఎవరొచ్చినా ఆ యమ్మను ముందు పలకరించాల్సిందే. మనం మాట్లాడకపోయినా పనికట్టుకొని మాట్లాడుతుంది. ఆయమ్మ అడిగిన వాటికి ఇనకడగ సమాధానం చెప్పకపోతే శబ్బరుశబ్బరు గా కన్న మాటలు తిడుతుంది. అన్నీ పొగురు మాట్లే మాట్లాడేది ఆ వయసులో కూడా. నేను వాగిట్లోకి పోయి అవా పద్మ ఉందా అని అడిగితి. ఆ మాటకు "పట్టడు రాయి పగలదన్నే పాయం కదా పొద్దంతా సింగారిచ్చుకోనే సరిపోతాంది దానికి" అనే. నేను మల్ల పద్మా... అని కూతేస్తే అది ఇంట్లో నుండి

వస్తావుండామే అని సంచెత్తుకొని వాకిట్లోకి వొచ్చే పోదామని వాకిటి దాటబోయేయాలకు

ఆయవ్వ మమ్మల్నిద్దర్నీ నిలండే అని అంచుకు రమ్మనే.

ఎగా దిగ చూసి "వొల్లు యిడిగింది, మగమిడిగింది, రొమ్ము కట్టు ముందరకొచ్చింది, పిర్ర ఇడిగింది, చేతి రెక్కలు ఇడిగినాయి, అన్ని పూజించుకోనుండాయి. కొంటినాబట్టలు ఊరికే ఉండరు టెంకాయ కొట్టాలని చూస్తారు. నీక్కూడా జుమ్మగానే ఉంటుంది టెంకాయి కొట్టించుకుందామని. అట్లని ఆత్రపడేవు. ఆత్రపన్న గొడ్డు బురద నీళ్లు తాగిందంటారు. పొరపాట్న నెల నిలకొనిందంటే ఆ బాద బరించలేవు. కాళ్లకడ్డం పడుతుంది. ముందుకు కాలేవు వెనక్కి పోలేవు అందుకే నేను చెప్పినట్టు చెయ్యి. నీకు టెంకాయి కొట్టించుకోవాలనిపిస్తే అది ముట్టుకు మూడు దినాలు ముందు మటుకే చేసుకో. ఆ అన్యం పుణ్యం నీకు అంటకుండా ముట్లో కలిసిపోతుంది. ఇది మా పెద్దోల్ల మాట ముట్టుకు అట్లా ఇట్లా మధ్యలో పొరపాటున కూడా కొట్టించుకోకు బద్రం. వయసుకొచ్చి పెండ్లి గాని ఆడోల్లంత గుర్తుపెట్టుకోండి మగోడు వానికిలేసినబుడు వాని నీళ్లు యెల్లగొట్టుకునేదానికి అరిచేతిలో ఉచ్చలు పోసుకొని నువ్వు తాగతావా నేను తాగుదునా అన్నట్లు ఊపిరాడకుండా బలింతం చేస్తారు. తలకాయి వాలేస్తే కడుపులొస్తాయి. అందుకే తేనీగలే గతం తెలివిగా ఉండల్ల. తేనీగులు తేనె పున్నానికి పూజిస్తాయి అమావాస్యకు ఆరగిస్తాయి. వయసు కొచ్చిన ఆడది ఎంత ఉపద్ర వొచ్చినా కూడా ముట్టు మూడు దినాలకు అవుతావు అన్నపుడే ఆ మూడు దినాల్లోనే ముగసల్ల. ఇది గుడ్డిగుర్తు బద్రం మల్ల మద్యలో ఏడన్నా ముగిసేరు" అని మాకిద్దరికీ బద్రం చెప్పే ఆయవ్వ. ఆ యమ్మ చెప్పేదాంకా నాకు తెలియదు అవన్నీ.

పద్మ తొలిత సమర్థయి గుడిసెలో పెట్టినప్పుడు నుండి పద్మ మేనమామ కొడుకు సూరిగాడు పద్మ మింద కన్నేసి దాని చుట్టూ జీరంగేకతం తిరగతా దాన్ని మల్లేసుకున్నాడు. అది కూడా ముగిసింది. వాళ్ళిద్దరి రాయబారం నాకు తెలుసు నేను అమావాస్యకు బయటుంటే అది పున్నానికి ఉంటుంది. ఇంగ పున్నం మూడు దినాలకు మొలుస్తుందనంగా చంద్రుడు ఆకాశంలో మేగాన్ని

వారముస్కు ఏసుకొని కనపడతాడు. ప్రతి నెల ఆ మూడు దినాలు ఈ పద్మ సూరిగాడు నా కంట పడకుండా అడపాదడపా తప్పించుకునే తిరగతారు. నేను అడిగినప్పుడల్లా మాట మార్చి చెప్పేది. కానీ వాల్లు ఆ మూడుదినాలు ఈ పని కోసమే తొక్కులాడుకునేది. పున్నమి నాడు చంద్రుడు తేరిడిగా కాంతిగా మగము చూపించే ఆ దినాల్లో పద్మకు కాయంగా కుండ పగిలుంటుంది.

కానీ వాల్లవ్వ చెప్పిన ఆ మాట్లు పద్మకు తెలుసా అన్నది నాక్కూడా అంతు ఇడసల. నేనుండుకోని కాదే పద్మ నీకు ఇవన్నీ ముందే తెలుసునా అనడిగితే నాకు తెలుసుమే మా యవ్వ అప్పుడప్పుడు ఇంట్లో అంటా ఉంటుంది అనే. అబుడు బిగేసుకుంటి దాన్ని నిజము చెప్పే నీకు ముట్టుకు మూడు దినాలు ముందు నువ్వు సూరిగాడు మొన్న పున్నానికి చందమామ వార ముస్కేసుకోనుంటే ఆరు మేకల గుట్టకి అందుకే కదా పోయినారు అంటే అవునే నువ్వు యాడ అనొద్దు అనే. దావీంటి మాట్లాడుకుంటా చింత తోపులోకిపోతిమి. సూరిగాడు పద్మ కోసం మానెక్కి కాస్కోని ఉండాడు. అవ్వచెప్పిన కిటుకుతో పద్మ సూరిగాడు మూడేండ్లు జునిగి మల్ల పెండ్లి చేసుకున్నారు.

***

అనుపుల కోసం ఆరాటం

నేను మల్లి పానాపానా నేస్తంగా ఉండాము. కానీ అది మూనెల్ల నుండి నాగ్గానకుండా ఏందో చేస్తా ఉంది అని మాత్రం నాకు అర్థమైంది. నరిసిగోనితో ఉందని ఆడాడ ఓటుపోతావుంది. నేనడిగితే అవన్నీ ఉత్త మాట్లబ్బా నీగ్గానకుండా నేనేమన్నా చేస్తానా అంటుంది. వాడు కనిపించినబుడల్లా వారసూపులు సూసి మూతిలోనగుతుంది. వాడు కూడా ఇది యాడుంటే ఆ సుటకారం గుంజిట్లు పెడతా ఉంటాడు. నేను వాల్ల గురించి అంత ఇసోసంగా ఏచించాలా.

రేపొద్దన్నే వారికోతలకు పోదామని మల్లిని పిలిచేదానికి వాళ్ళింటి కాడికి పోయిపోకతాలకే వాల్లమ్మ మల్లిని తిడతా ఉంది. రెండు దినాలు కష్టం చేసి కేజీ తునకలు తెస్తే వాటిని కుక్కల పాలుజేస్తావా ఒల్లులో బయిము దిగులు ఉందా. కండ్లకు కావమడ్డ పడితే ఇట్లే చేసేది అని తిడతా ఉంటే, మల్లి అద్దు గోడకు వొరుక్కోని గడ్డం కింద చేయి పెట్టుకొని తలకాయి కిందికి కొట్టుకోనుంది. ఎరిగి ఎరగనటు నన్ను జూసి వాలమ్మ నువ్వు కూడా ఇట్లేనా సంసారం చేసేది. ఇది జేసిన పనిచూడు తినే కూట్లో రాల్లేసి కుక్కలకు పెట్టేసింది అనే.

ఏలమే మల్లీ ఆ పని చేసింది అంటి. ఆ మాటకు మల్లి ఉండుకొని కూర చేసి ఆడబెట్టి పెల్లో బోకులు కడగతా ఉంటే దొంగ కుక్క జొరబడి తినేసింది నేనేం చేసేది అనే. వాల్లు తిట్టుకుంటన్నట్లే రేపు వారికోతకు పోవాలని నేను మల్లితో చెప్పేసి వొస్తి.

ఆ పొద్దన్నే నేను మల్లి పయనమై పనికి ఎలబారితిమి మల్లి పనికి పోయేటబుడు కూడా కొత్త గుడ్లు కట్టుకొని సకత్తుగా తయారైంది. ఏమే పనికి కూడా కొత్త గుడ్డలు కట్టలనా అంటే ఈ గుడ్డలు కురసైపోతాయని కట్టుకున్నా అనే. ఊరు ముందర మాతమ్మ గుడుంది, ఆ గుడికాన్నే గన్నేరు చెట్టుంది. మల్లి నేను సరిగ్గా గుడి కాడికి పోయినాము. మల్లి ఆడ నిలబడి పాయ. ఏమే నిలబన్నావు అంటే మే మాయమ్మకు ఇంటి బీగం చెవులు ఇచ్చేది మరిచిపోయిన ఇచ్చేసి వస్తాను నువు పోతా ఉండు అనే. సరేని నేను ముందుకు రెండు అడుగులేసి ఎనక్కి తిరిగి చూసేకుందుకి మల్లి కనపల్లా. ఇంతలోనే ఇది యాడ మాయమయ్యె అని మల్ల మాతమ్మ గుడి కాడికొస్తి. మల్లి గన్నేరు చెట్టు మొదుట్లో ఏందో గిబులుకుంటా ఉంది. ఇంటికి పాకుండా ఈడేం చేస్తా ఉండావని నేనడిగితే, ఈడ గన్నేరు పూల నారు ఏమన్న మొలిసిందేమో అని చూస్తాండా అనే. దాంతోపాటు నేను వొంగి తారాడి నారు లేదు ఏమీ లేదు కదమే అంటే ఉందేమో అనుకుంటిని, ఇంగ పదాం పద పనికి అనే, అదేంది మే ఇంటికి పోయొస్తానంటివి కదా? ఏడ పోలేదులే అని మాట దాటేస.

ఆ మరుసునాడు మల్లా మాతమ్మ గుడి కాద గన్నేరు చెట్టు మొదుల్లు తారాడుతా వుంది మల్లి. నేను చిన్నగా పోయి దొరకబడితి. "నిజిము చెప్పుమే ఈడ ఏమి దాసి పెట్టినావు" అనడిగితే, మల్లి "ఏమీ లేదబ్బా కమ్మబిరటా రాలిపోయింటే తారాడతా వుండా" అనే. నేను నమ్మలే, "ఆ మాతమ్మ మింద ఒట్టేసి చెప్పు నిజంగా బిరటా పోయిందా", అంటే అబుడు మల్లి "నేను చెప్పేది నువ్వు ఎవురుతోనా చెప్పనని నా చేతిలో చేయెయ్యి" అంటే సరేన్న. "మాయవ్వ అనేది వంతపెట్టి లంజిరకం చేయకూడదంట అని, ఏది చేయాలనుకున్న నీ సైయిచ్చిల నువ్వు చెయ్యాలి అనేది. అందుకే నీతో చెప్పలా. కానీ నిన్ను నమ్మినీకు చెప్తా ఉండ, నరసిగోడు, నేను యాటికి పోతే ఆటికి వొచ్చి నా కాళ్లకు చేతలకు అడ్డపడి నాకు నువ్వంటే బెమ నువ్వు కాదంటే నేను కాయంగా సచ్చిపాతా అని ఉరిసెరి పొందనీలా ఇదిలేక తలకయి వాలేసిన. అబుడ్నుండి వాడు నేను కలుసుకోవాలంటే వాడు ఎవరికీ తెలియకుండా ఈ గన్నేరు చెట్టు మొదట్లో గుర్తులు పెట్టి పోతాడు, ఈ పొద్దు మన ఊరికి ఉత్తరం పక్క ఉండే

సాబ్బంద కాడికి మూడు గంటలకు రమ్మని మూడు కనికిరాల్లు, సాప్పుల్ల ఒగటి ఆడ చెక్కిపోయినాడు. అవే తారాడుతున్నాను. నిన్నమా ఇంట్లో తునకల కూర కూడా చేసుకొని అంతా వానికె ఎత్తకపోయి పెట్టేసిన. మాయమ్మోలకు కుక్క తినేసిందని గచ్చు చెబితి. ఇంట్లో అందుకే నన్ను శడమడ తిట్రి."

"మల్లీ నువ్వు చేసేది సరైన పనేనా, ఇంట్లో వాళ్ల దగ్గర తిట్లు తిని, దెబ్బలు తిని, బయట కన్నోల్ల నోర్లల్లో కరగతా, అందరతానా అనిపించుకొని ఆ దొంగ తిండి తినకుంటే ఏమి " అంటి.ఆ మాటకు మల్లి " కాదు మే మనకు కడుపు తల్లటిస్తే అన్నం తింటాము ఆ తపన అనుగుతుంది. కానీ మనసు తల్లటిస్తే దానాకిలి తీర్చల్ల గదా ఈ తపన కూడా అలాంటిదే నువ్వు అరాయించుకోలేవు ఒక పూట తింటావు, నేను అరాయించుకుంటా మూడు పూట్లా తింటా. ఎవురెవురు వొళ్ళు దినుసు వాళ్లది. మన్నైనా మరుగ్గా తినమంటారు. అందుకే నేను ఈ బాద పడతా ఉండా నువ్వు యాడ అనొద్దు" అనే! సరేలే, వొయ్యి ఎక్కినాయమ్మ గుద్ద కాల్తుంది అనుకోని నేను ఇంటికొస్తి. మల్లి కత అట్లా జరగతా ఉంది.

మంచి ఎండ్ల కాలం. రేయింపొగులు ప్యానుగాలికి పానాలు నిలుపుకుంటా ఉంటే ఊర్లో నెలదినాలనుండి రెండు మూడు దినాలకు ఒకసారి రేతుల్లో సరిగ్గా పదకొండు గంటలకు వొగనాడు, ఒంటిగంటకు వొగనాడు, రెండు గంటలకు వొగనాడు ఊర్లో కరెంటు లేకుండా తీసేస్తా ఉండారు. రెండు మూడుసార్లు మామూలుగానే కరెంటు వోయిందేమోలే అనుకుంటిమి. కరెంటు తీస్తే అరగంట గంటసేడి అయినా వచ్చేదిలే. ఇండ్లలో చిన్నపెద్ద, ముసలి ముతక ఉడుక్కుండ లేక కరంటోన్ని తిడతా వానికి పుట్టుడు సాదు వోసేది. ఊర్లో కొంటి కొంటి మగపిల్లలంతా కరెంటాపీస్ కాడికి వోయి అడిగినారు, పలానా టైంలో కరెంటు తీసేస్తా ఉండారని. వాళ్లు ఆ టయాల్లో మేము కరెంటు తీలేదు అన్నారు. మల్ల ఆరేతిరి సరిగ్గా పదకొండుకు ఆపైంది. మొగోళ్ళు ఐదారు మంది కల్లు కొని పీజు క్యారీలు ఎవరన్నా పెరికినారేమో అని చూసేదానికి వోయిరి. తీరా వోయి వోలెక్కి చూస్తే వాళ్ళు అనుకునిందే నిజమైంది. ఎవరో దినాము పీజు క్యారీలు పెరికేస్తా ఉండారని. మల్ల పీజు క్యారీలు తగిలించి ఇండ్లకొచ్చి అందరికీ చెప్పిరి.

ఆ మాట ఊరంతా రంజుకునింది.

ఆ పొద్దున్నే ఊరంతా ఆడ మగ గుంపులు గుంపులు చేరుకొని ఈ కరెంటు తీసినోని గురించే మాట్లాడుకుంటా ఉండారు. నేనుండే గుంపు కాడ ఆరేడు మంది చేరినారు. మా గంగులు పెద్దమ్మ మాట్లాడతా “ఈ ఉడుక్కాలంలో కరెంట్ తీసేస్తే బతికే దానికేనా, ఏవుడాపని చేస్తా ఉండేది. ఏమన్నా అజబాబు దొరికినా”, అనే. ఎవురైంది ఇంగ అంతుచిక్కలేదు అంటా ఉన్నట్టే మా కమలొచ్చి “పలానా వాళ్లు అని పేరు యాడ రాలే కాకపోతే ఎందుకు తీస్తా ఉండారు అనేది బయటపడింది. కొత్త బిచ్చిగాడు పొద్దెరగడు అన్నట్లు కొత్తగా లంజిరికం మరిగినోడు బామను కలుసుకోను ఈ పని చేస్తుండాడంట. ఊరు కరెంటు తీసేస్తే ఇండ్లు బజార్లు మబ్బుగా ఉంటాయి ఆ మబ్బులో యాన్నో ఓ తావున అద్దుకొని రావచ్చని ఈ తెలివి జేసినారని అంటున్నారు” అని చెప్పా.

ఆ మాటకు మా లచ్చుపెద్దమ్మ “ఊరు సుటకారం ఉండే కొండ్లు, గుట్టలు, అడవులు, చెరుగు తోట్లు, ఆగుతోట్లు, ఆమిదం చెట్లు, కందిచేన్లు, చింత తోపులు, ఇండ్లలో అద్దు గోల్లు, అటవాలు ఇవన్నీ సాలక ఊర్లోనే పట్నారా ఆ పని. పిల్లి కండ్లు మూసుకొని పాలు తాగినంట నన్నెవురు సూడలేదులే అని. అట్లా ఒక కత చెప్పేది పెద్దలు. అనగనగా ఒక ఊర్లో ఒక పసల పోలిగాడు, వానికొగ ఊరితిమ్మి. వీళ్ళిద్దరికీ సావాసం కుదిరింది. పోలిగోడు ఆవులు తోలుకొని అడవికి పోతే తిమ్మి రకానికి ఒక వంట చేసుకుని మూడో కంటికి తెలియకుండా ఎత్తుకొని పోయి తపిసిమాని తొర్రలో పెట్టి వచ్చేది. వాడు ఏది కావాల మనసా అంటే అది అలా చేస్కని పెట్టేది. ఒకనాడు సుగుంటలు బోండాలు చేసుకొని మూటగట్టి ఎత్తకపోయి తొర్రలో పెట్టింది, ఈ పసల పోలిగోని కంటే ముందు జుట్టిపోలిగోడు ఈ అమ్మ మాండ్లో పెట్టేది చూసుకోనున్నాడంట. ఆయమ్మ గుడ్లు ఉతికే దానికి ఏటికి పోయేసరికి ఈ జుట్టు పోలిగాడు ఆ మూటెత్తక పోయి ఆ మూట్లో ఉండే వంటవార్పు తినేసి చిన్నచిన్న గులకరాల్లని ఏరి మూటగట్టి తొర్రలో పెట్టి ఎలి పోయినాడంట.

ఈ పసల పోలిగాడు ఆకిలి పొద్దున తిందామని మూటిప్పినాడు. చూస్తే ఉత్త రాళ్ళే, ఇదేంది ఈ పని చేసింది అని ఆవులకి నీళ్లు దాపను ఏటికొచ్చినాడు.

తిమ్మి గుడ్లు ఉతకతా వాన్ని చూసి దరివేసింది. ఆమాను తొర్రలో ఇప్పా - ఈ మాను తొర్రలో ఇప్పా, అని సైగ చేసింది. వాడు ఆవులకి నీళ్లు తాపతా 'కియో ఒట్టి రాళ్ళే కియో ఒట్టి రాళ్ళే' అన్నాడు. అబుడు తిమ్మికి ఎరుకైంది ఎవరి కంట్లోనో పడిందని. ఆ పొద్దు నుండి మళ్ళా అనుపులు మార్చుకున్నారు" అనే ! ఆ మాటకు అందరూ నగిరి.

మా కమల "మనుసులకు బుద్ధి సన్నగిలితే ఇట్లే ఉండేది చుట్టుపక్కల ఇన్ని అనుపులుంటే ఊరు కరెంట్ తీస్తే బిన్నే దొరికి పోతామని కూడా తేలీదా?" అనే. ఇంగెట్ల కాలం సూస్తమో అనుకుంటా అందరూ ఇండ్లకు పాయిరి. ఆ పొద్దు నుండి కరెంటు ఆపు కాలా.

***

పొద్దు తిరగడ పూలుకు జుమ్మిడిసె

1

మా ఊరి పెద్ద నరసమ్మ సంద కాడ మా ఇంటి కొచ్చి "నాయనా రేపు పొద్దున్నే మన పక్కూరి గంగిరెడ్డికి పొద్దుతిరగడు పూలకు సుంకు అద్దడానికి పదిమంది ఆడోల్లను పనికి రమ్మన్నాడు. నువ్వుకూడా వస్తావా పదాము" అనే. నాకు అప్పుడప్పుడు పదిమందితో కలిసి పనికి పోవాలంటే చాలా సంతోషం. అందరం నక్కుంటా బేలుకుంటా పొద్దుగడపచ్చు అని. వస్తాలే పెద్దమ్మ అని చెప్పి ఆ మరుసనాడు పొద్దున్నే తొమ్మిది కంతా పయనమై పనికాడికి పోతిమి. గంగిరెడ్డి బూమి కొంచెం వంక మార్గాన ఉంటుంది. ఆయప్ప బూమి చుట్టుపక్కల ఎవరూ పెద్దగా జనాలు తిరగరు. ఆయప్ప ఒక్కడే ఆడ సేద్యం చేసేది. ఏ పంట చేసినా పదిఎకరాల్లో ఒకే రకం పంట ఏస్తాడు.

ఈసారి ఆయప్ప పొలమంత పొద్దు తిరగడగింజ నాటితే అవి పెద్దవై పూలుగాసినాయి. ఈ పొద్దు తిరగడ పూలు మా గ్రామంలో తొలిత పండించింది ఆయప్పే. ఈ పొద్దుతిరగడ పూలు పొద్దు యాపక్కకు తిరిగితే పువ్వు దాని

వెనకింటి తిరుగుతుంది. ఈ పూలలో రెండు రకాలు ఉంటాయి. ఆడ పూలు మగ పూలు. మగపూల మింద ఉండే సుంకంతా రాలుపు కొని ఆడపూలకు దుద్దల్ల. అప్పుడే ఆడపూలు గింజలు బాగా ముదిరి పెద్ద పూలుగా ఇడగతాయి. ఈ పొద్దు మా ఊరు నుండి పదిమంది ఆడోల్లము ఈ పని చేసేదానికి వచ్చినాము. ముందర గంగిరెడ్డి ఒకసారి వొచ్చి మాకు పని అప్పగించి పాయ.ఆ చుట్టుపక్కల పెద్దగా మనుసులెవురూ తిరగరు.అందరం మగ పూలకుండే సుంకు రాలుపుకుంటా ఆడ పూలకు దుద్దతా ఉండాము

మా సాయిత్రి ఎప్పుడు పనికాడ ఊరికే ఉండదు పొగురు మాటలు పొగురు పాటలు చెప్తా అందర్నీ నగిస్తా ఉంటుంది. సాయిత్రి ఒకటే కాదు సకత్తైన నలుగురు ఆడోల్లం జమైతే పొద్దు బాగా పోతుంది మాకు.ఈ పొద్దు జమైన వాల్లు కూడా అందరూ కపటం లేనోల్లే. సావిత్రి పూలకు సుంకద్దతా ఊరు పెద్ద నరసమ్మతో అంటా ఉంది "కాదే పెద్దమ్మ పోతు పూలు సుంకంతా పెట్టపూలుకు అద్దించుకొని ఆవిటి జుమ్మ తీర్చుకుంటా ఉండాయి. మనకంటే ఈ పూలు మేలు కాదా పబ్లిగ్గా మాకు మగ సుంకు అద్దితేనే నీకు పలితం అంటా దీమాగా మన కల్ల చూసుకోని ఉండాయి. అదే మనం మగోన్ని అడగతామా ఈ పూలు కుండే ఇలువు కూడా మనకు లేదు" అనే సాయిత్రి. ఆ మాటకు ఆడున్నోల్లమంత నవ్వుకుంటిమి.

నరస పెద్దమ్మ "మీరు వరసకు నాకు బిడ్లు కావల్ల నీను మీతో చెప్పకూడదు ఇట్లాటివి. ఇవన్నీ దైవ రహస్యాలు అయినా ఇవన్నీ నాతోనే పాకూడదు. ఈడంతా ఆడోల్లమే కాబట్టి చెప్తా వుండ.ఇబుటికి నావయసు దగ్గరదగ్గర యాభై పై మాటే నాకు పన్నెండేండ్లుకే పెళ్లి చేసినారు. నా మొగుడుకి అప్పటికే మీస కట్టొచ్చి రొమ్ము ఇడుసుకొని పిడస రాయే గతం గట్టిగా ఉన్నాడు. తొలిముట్టుకే పెళ్లి చేసినారు. నేను సన్నగా నల్లేరు దబ్బే కతం ఎమకలు మెడేసుకొనుండ. తొలి నాపొద్దు నాకు ఒకటే బయిం అదరతా బెదరతనేపోయి అంచునపొనుకున్న. ఆయప్పపె చెయ్యి పట్టుకొని పక్కలోకి ఈడసుకుండే. ఒళ్లంతా సలి కాయలు బచ్చరిచ్చినాయి.లోబెరికి ఎలిబెరికి. నా గుడ్డలు పైకెత్తబాయ నేను సిగ్గుకు దిగనిడిసేది తీరా అట్లా ఇట్లా చేసె. ఆపొద్దు అనుకున్న ఓయమ్మ ఇది ఏంది

ఎట్లుంది దీనికోసమేనా పెన్నిండ్లు చేసుకునేది. ఏమి బుద్ధి లేక చేసుకుంటి దేవుడా అనిపించింది. ఆ పొద్దే నాకు మనసు ఇరిగి పాయ. ఎవరెన్ని చెప్పినా నాకు దాని మింద కయ్యాస పాయ!

మగోనికేమి దినాము వచ్చేది కుక్క గుల్లించినట్లు తప తప అదరగొట్టేది. వాన్నీలెల్ల కొట్టుకొని పొను కుంటాడు. ఒకనాడు కూడా నేను ఇష్టపూర్వకంగా పనుకోలా. అట్లే నేను ముగురు బిడ్డలను కన్నా. అబు టికి మాకు పెండ్లయి పదేండ్లు అయింది. ఒకదినం మంగళారం సంతకుపోయిన. సరుకులన్ని తీసుకుంటా ఉండ, ఉచ్చలొత్తుగా వొచ్చినాయి పోసేదానికి ఏడగానీ తావు లేదు చుట్టుపక్కల జనాలు కిక్కిరిస్తావుండారు. సంతలో వచ్చేజనం పోయే జనం తొలగదబ్బను తావులేదు.రెండు తొల్లసందుల్లో నామానాన్ని సత్తవార అదం పట్టుకున్న, అడుగు తీసి అడుగేస్తే సలసలా కారిపోయేటిగా వుంది. కడుపంతా ఉబ్బుకుంటా ఉంది. కండ్లల్లో ఆవిరొస్తా వుంది. రెండు తొల్ల సందులో మానాన్ని గట్టిగా తొల్లతో రాపాడేసరికి ఒకసారిగ నా జుమ్మ బయటికొచ్చింది. ఆ జుమ్మ ఇడిసేటప్పుడు నేను యాడ ఉండాను అనేది నాకు తెల్లా. నా చుట్టుపక్కల ఎంతమంది జనం ఉన్నారన్న మతి లేదు. పెద్ద కొండనెత్తి పక్కన పెట్టినట్లు మత్తుగా వొళ్ళంతా సిమ కొట్టింది. దినికి మించిన సలపరింపు మత్తు ఇంకొకటి ఉండదేమో అనిపించింది. కండ్లల్లో ఆవిరిపోయి కన్నీళ్లు వచ్చినాయి. రెంటికి వదిలేసిన. చీరంతా ముద్దముద్దగా నాని పోయింది. సరుకులసంచి అడ్డు పెట్టుకొని చిన్నగా సంతలో నుండి బయట కోచ్చేస్తి. పక్కన బోరింగు ఉంటే ఆటికి పోయి గుడ్లన్నీ కడుక్కొని కాన్చేడి అట్లే ఆరబెట్టుకొని ఇంటికొచ్చినా! ఇంటికొచ్చినా కూడా నాకు దాని మిందనే చింత, జుమ్మ ఇడిసెదంటే ఇదేనా అనిపించింది. నామొగుడు ఇన్ని ఏండ్లలో ఒక్కసారి కూడా నాజుమ్మ ఇడసనిచ్చిండ్ల. నాక్కూడా ఇట్లా వస్తుందని తెలీదు. ఇబుడు తెలుసు కానీ చెప్పలేను. ఇవన్నీ దేవరహస్యాలు ఎట్లా చెప్పుకునేది. నామాదిరి ఎంతమంది ఆడోల్లు ఆ రుతువు ఎరక్కుండా వుండారో! అబిటి నుండి నేను నా చేతికి పని చెప్పినా" అనే నర్సపెద్దమ్మ.

2

అందరూ సంబరంగా ఉంటే మా ఆడబిడ్డ నీలి గమ్మున దాని పనది చేసుకుంటావుంది. మా కొట్లాట గంగు ఎవర్ని మాట్లాన్నా తిట్లు తోనే పలకరిస్తుంది. మా నీలి కల్ల చూసి "అదేల్నే నీలి అందరూ నగతాబేలతా ఉంటే నువ్వు దెంగేసిన మొడ్డే గతం సప్పగా ఉండావు" అనే! మా సావిత్రి "నిజమేక్క అది పొద్దన వొచ్చినబుడి నుండి. గమనిస్తాండా ఏమన్నా మాట్లాడుతుందేమో అని, ఏమో చెప్పే నీలి" అని అడిగె

"రాత్రి నా మొగునికి నాకు రంపయింది. సంద కాడ అందరము వర్సగా పొనుకున్నాము. మాకుండేదోమొ వొగిల్లు.పెద్ద కూతురు పెండ్లీడుకొచ్చింది. రెండోది వయసుకొస్తుంది. కొడుక్కు కూడా సుమారుగా బుద్దొస్తా ఉంది. నేను పొగులంతా పని చేసి పొనుకుంటానే నిద్రొస్తుంది. పది పదకొండు టైంలో మంచి నిద్రలో ఉండా. ఈ పిల్లోలంతా అట్లా ఇట్లా నుసకత పొర్లతా ఉండారు. ఆ టైంలో రెట్ట బట్టి పెరకతా వుండాడు. రా రా అని. నాకు యాడున్నో ఏమో కోపము. కుక్క కరిసినట్టు వొగ కాటు కరిస్తే అలిగినాడు.

బిడ్డలు పెద్దయ్యేకొద్ది దానిమీద జోలి తగ్గల్ల, నా మొగునికి ఇప్పుడు ఎక్కువైంది. పదహారేండ్లకు మాకు పెండ్లయింది. అప్పటినుండి ముప్పై ఏళ్ల వరకు నన్ను పెద్దగా సతాయించలా. ముప్పై పైనుండి ఈ పెరుకులాట ఎక్కువయిపోయింది. మగోనికి ముప్పై పైన ముదురుతుందేమో అరవై దాకా మర్లు ఎక్కువ అంటారే అట్లుంది నా పని. న్యాతి రకానే పెన్నిండ్లు బిడ్లు అయిపోతారు. అగసాట్లు, బాదలు ఎక్కువ ఉండేది ఆడదానికె. మగోనికి అంత చింత ఉండదు. బాదలుండే మొగోనికి అయితే రోగాలు రొచ్చులు వస్తాయి. ఒంట్లో బింకం తగ్గిపోతుంది. నా మొగుడట్లా వాల్లు ఉంటారు. అంటే గాలికి పాయ, తింటే లోనికి పాయ న్నట్లు సచ్చేవాల్లు సాయనీ బతికినోల్లు బతకనీ, ఎంత పెద్ద ఉపద్రన్న రానీ కాంచేడికి అంత మర్చిపోయి సంతోషంగా ఉంటాడు. యసనం పసనం ఏమీ తలకాయకి ఎక్కించుకోడు. అందుకే వాళ్లకు ఒంట్లో సిమ కొడతానే ఉంటుంది. పొనుకుంటానే కావాలంటాడు. కానీ మనమట్ల కాదు కదా అయి పుట్టిందల్లా తలకాయకి ఎక్కించుకుంటాము. దాంట్లో ఎక్కడ లేని పని

మనకు. బిడ్లు, సంసారం, ఇరుగుపొరుగు, చుట్టాలు, అప్పులు, మొగుడు గురించి, మల్ల పైగా మొగుల్లు కుండే లంజమ్మ గార్ల గురించి అలోసనలు. ఇవన్నీ దారానికి పూసగుచ్చినట్టు తలకాయ నిండా గుచ్చుకోనుంటాయి. యాడ మనకు ఆ తిండి మింద జోలిండేది. మాటకొస్తే నా మొగుడు పిలిచినప్పుడు నేను పోనప్పుడల్లా కొట్లాట జరుగుతుంది. అబుడు ఏమంటాడంటే యాడన్న చూసుకోవాలా అని లంజమ్మ గారి దగ్గరికి పోతే ఈ అప్ప గారికి బాగుంటుంది. లంజ పొండ్లు గింజ అంటారు. దానిమీద తప్పితే వాల్లకు వేరే చింతుండదు. కానీ మనం అట్ల కాదు కదా పని చేసుకునే ముందు కొట్లాడుకుంటాము. పని అయిపోయి నిద్ర లేచినంక కూడా కొట్లాడుకుంటాం. ఎదురుపడినప్పడల్లా ఏదో ఒక నిస్టూరం వుంటుంది. కానీ బయట సావాసం అట్లా కాదు. ఎదురుపన్నా మాట్లాడిన కలుసుకున్న ఆ మైకమే కాని ఏ సింతుండదు. రోగమో రోచ్చో వొచ్చి మూల పడితే అప్పుడు తెలుస్తుంది ఆడదాని విలువ మగోనికి,మొగోని విలువ ఆడదానికి " అని దాని బాదంతా ఎల పోసుకుండే నీలి.

మా గంగు వుండుకొని "పోతే పోని ఒప్పుకునేది నిన్ను గాక ఎవర్ని అడగతాడు" అనే ఆ మాటకు నీలి "ఆయప్పకు పనుకుంటానే కావాలా అది మంచి మాటలతో అడగడు అది పెరకత తిడతా అడుగుతాడు. అబుటికీ పిల్లలు కూడా సరిగ్గా నిద్రపోయి ఉండరు. అప్పుడు లేసి యాడ మొరుగుంటే ఆటికిపోవాల్ల, ఆయప్పకు పని జరిగితే నిద్ర బాగా పడుతుంది. నాకు వొల్లు అలుపు తీరి తెల్లారు జామున కావాలా అనిపిస్తుంది. అబుడు ఆ యప్పకు ఓపికుండదు మనం సర్దుకొని పోతాము వాల్లు సర్దుకోరు. నాకు ఇవన్నీ కాదు ఒక విషయంలో చానా బాదేస్తుంది. నేను ముగ్గురు బిడ్లుకు కానుపులుఇంట్లోనే చేసుకున్న. కడాన కొడుకు పుట్టేటప్పుడు వాడు ఎక్కువ లావు, వాని తలకాయ పెద్దదిగా ఉన్నింది. బలవంతంగా ముక్కేకుందుకు ఆస్తి కింద కాసింత చీలిపోయింది. నా దగ్గరికి వొచ్చినబుడల్లా నీది వొదులు అయిపోయింది అంటాడు. నీది గట్టిగా లేదే అని నేనంటే అప్పుడు సరిపోతుందా. అప్పుడు మాకు తెలిస్తే కదా కుట్లు ఏసుకోవల్లని, నాకు కాన్పు చేసిన వాల్లు కూడా చెప్పలా నీకిట్ల చీలిపోయిందని. ఇప్పుడంటే అందరూ ఆసుపత్రులకు పోతారు, ఆడ కుట్లు ఏస్తా

ఉన్నారు. మనబాద కూడ ఆలోసన చేయల్ల కదా అందుకే రంపులొచ్చేది" అనే నీలి

నీలిమాట్లకు మా నరస పెద్దమ్మ "కాదండే ఈడ మొగోల్లు లేరు కాబట్టి సరిపోతాంది. మన అరువులన్నీ సాటుగా యా మగోడు అన్న ఇంటే ఏమంటారు ఈ ఆడౌవుటికి ఏం పొగరు పట్టింది అనుకోరే ఏమండే" అనే. ఆ మాట్లకు సావిత్రి ఉండుకొని " మగోల్లేమి అంత ఉత్తమ పతివ్రతలా? నేను ఆడాడ సోలిగా ఇన్నా ఆడాల్ల గురించి పలానా ఆడది ఏముందిరా అబ్బలిచ్చుకోవాలరా, ఏమి పుట్టు పుట్టింది. దాని నడుము బాగా బలిసింది ఎన్ని ఏట్లు కైనా తట్టుకుంటుంది. అని ఒగడు అంటే ఇంగోగడు దాని కనుసొగల్లు దాని పెదాలు, దాని రంగు, దాని రొమ్ము కట్టు, దాని పిర్ర,దాని నడుము, దానితోలు, దాని నగువు దాని మాట దాన్ని ఎంత చేసిన చేయాలనిపిస్తుంది రా, ఈ రకంగా చేయల్లరా ఆ రకంగా చేయాల రా అని' మాట్లాడుతారు. మనకు ఒల్లు మింద గుడ్లున్నా కూడా వాల్లు మనల్ని సూసే సూపు బిత్తల సూపే కదా" అనే!

మాటలతో మాకు, సుంకుతో పొద్దు తిరగడ పూలుకు జుమ్మిడిసె !

***

సనుబాలు

ర్యావిటి పొద్దయింది. ఆవులు తోలుకొని బాయి కాడికి పోదామని ఆవుల పగ్గాలు ఇప్పుతా ఉండా. ఇంతలో మా సాలత్త వొచ్చి "పాపా... గసాలు ఉంటే కొన్ని పెట్టు, నా కూతురు బిడ్నికని ఈ పొద్దుటికి పది దినాలాయ పాలు పడింద్ల. బిడ్డకు పాలు సాలక రేయి పొగులు నిలుకు లేకుండా ఏడస్తనే ఉంది. ఇప్పుడు ఏందో ఆడోళ్ళకు సరిగ్గా పాలు పడ్డం లేదు నేను బిడ్ను కన్నప్పుడు పాలు రొమ్ములు పట్టేవి కాదు. బిడ్డను కన్న మూడు దినాలకు వొళ్ళు కడగతానే పాలు పడిపోతావుండేది. నా బిడ్డకయ్యి ఇంకొక బిడ్డక్కూడా సరిపోయేవి. రొమ్ములు పట్టడు పట్టడు అయ్యేవి. బిడ్డకు సరిపోగా మిగిలిన పాలు పాలడిలోకి పిండి చిందబోసేదాన్ని.

పొద్దున్నేబిడ్డకు నీళ్లు పోసి పాలిచ్చి పండేస్తే సరిగ్గా మూడు గంటలకు లేస్తుంది. ఆ యాలదంక నేను ఎంత పని అయినా చేసుకుంటా ఉంటి. ఒగేల పనికి పోతే పాలు గలాస్కు పిండి ఇంట్లో పెద్దోల్లకిచ్చేసి పోయేది మధ్యలో బిడ్డ ఏడిస్తే పాలడీతో ఆ పాలుతాపతా ఉంద్రి. ఇబుడు పుట్టే బిడ్డలు గెడిసేపు నిద్రపోరు. బుడ్డి పాలల్లో బిడ్డకు ఏం పుష్టి ఉంటుంది. అదిగాక ఉడికినీళ్లలో పాలపొడి ఏసి కలిపిస్తారు. మా కాలాన ఆవు పాలో, మేక పాలో, గేదె పాలో తాపతా ఉంద్రి. బిడ్డలు పురికొనకుండా సిగాడి పడితే ఈళ్ళు పోతపాలతో పెరిగిన బిడ్డలు, బింకము ఉండదు అనేవాళ్ళు. ఆ పాలు కూడా కొంతమంది

బిడ్డలకు ఒంటితుంది లేదంటే బిడ్డకు బేదులు వాంతులు అయ్యేది. మూనేళ్లు దంక అట్ల బలవంతంగా తాపి కాపాడితే చాలు. మూనెల్లకే మొసర నాకిచ్చేది. నవదాన్యాలు నానబెట్టి మొలగట్టి ఎండబెట్టి పొడికొట్టి అంత వుడక బెట్టి తినిపించేది. పాలు మరిచిపోయి బిడ్లు పుష్టిగా పెరిగేది. కాలం మారే కొద్ది అన్నీ మారినాయి. ఎన్ని మారినా వొళ్ళు చెడిసే ప్రయోగాలు చేయకూడదు. అందుకే అన్ని గసాలు అన్ని తెల్లగడ్డలు గుడ్లో మూటగట్టి అన్నం ఉడికేటప్పుడు ఎసట్లో ఏసి అన్నం వొంచేటపుడు మూత తీసి అవి బాలింత తింటే పాలు బాగా పడతాయని మా యవ్వ చెప్పేది. అదే చేద్దాం గసాలు ఉంటే పెట్టు అని అడిగె!" సొలత్త మాటకు నేను గసాలు రేటెక్కువ, బాలింతకు సరిపోయేన్ని లేవని పిడికిడుంటే పిడికెడు గసాలు పెడితి.

నేను పనులన్నీ ముగించుకొని ఆవుల్ని బాయికాడ తోలి ఇంటికి వొచ్చి సొలత్త మనవరాలిని పలకరిద్దామని పోతి. ఇప్పుడంటే ఒకరింటికి ఒకరు పెద్దగా రారు కానీ మేము బిడ్లు కన్నపుడు ఊర్లో ఎవరన్నా గాని పచ్చి బాలింతలు ఉంటే ఊర్లోటి ఆడోళ్ళు దినానికి ఒగసారన్నా పోయి ఆ తల్లిను బిడ్డను పలకరించి వచ్చేది. ఇంకా ముసలి ముతకైతే ఆ బాలింతల కాడే ఉండి వాళ్లకు అత్యం పత్యం చెప్తా తల్లికి, బిడ్డకు ఆరు నెలలు దంక మందు మాకు ఇస్తా ఉండేది. తొలిచూరి బాలింత అయితే బిడ్డను కన్నెబుడు నుండి బిడ్డను ఎట్లెత్తుకోవల్ల, బిడ్డకు పాలెట్ల తాపల్ల, బిడ్డకు నీల్లెట్ల పోయల్ల చెబుతారు. బిడ్డను కన్నపుడు వొడికట్టు అంతా ఇడిగి ఉంటుంది. పొనుక్కున్న కూసున్న కాలి మెడుముతో మానాన్ని అదుముకోవాలని, పొనుకున్నబుడు కూడా రెండు కాళ్లతో అదుము కోవాలి లేదంటే మానంలోకి గాలి దూరుతుందని. మల్ల కాలానికి లేచిన కుసున్న తరతరమని శబ్దం వస్తే అందరూ ఎగతాళి చేస్తారని, అందుకే కడుపు మానమంతా కుదురుకున్నదంక మానంలోకి గాలి పోకుండా అదం పట్టుకొని కుసోల్ల లేయల్ల అనేది నేర్పిస్తా ఆ తల్లి బిడ్డని చూసుకుంటా ఉండ్రి.

కాలం మారి మనిషికి మనిషి మీద విలువే లేకుండా పోయింది. ఏది ఏమైనా ఇప్పుడు కూడా మా ఊర్లో అడపాదడపా బాలింతను పలకరిస్తారు. సొలత్త మనవరాల్ని పలకరించను వాల్ల ఇంటికి పోయేసరికి ఆయాలకే ఆడ ఆరేడు

మంది జమై అది అట్లా ఇది ఇట్లా అని ముచ్చటిస్తా ఉండారు. బిడ్డలు కనిండే ఆడదల్లా వైదిగురాలై పోతుంది. వాళ్ల సందులోకి నేను పోయి కూసుంటి. మా నాగక్క బిడ్డకు పాలిచ్చేది చెప్తా ఉంది. బిడ్డ పుట్టినప్పుడు నుండి ఆరు నెలలు వరకు మెడ కింద చేయి ఏసుకొని యామారకుండా పట్టుకోవాల. లేదంటే మెల్లు పడిపోతాయి. పాలు తాపేటప్పుడు పక్కలో పండేసుకుని పాలు తాపొద్దు పుట్టిన బిడ్డకు సంవత్సరం వరకూ తలకాయ మెత్తగా ఉంటుంది పక్కలో పండేసుకొని పాలిస్తే బిడ్డ తల ఒక పక్కకు అనక్క పోతుంది. నిద్దరపొద్దులో అయినా సరే బిడ్డ ఏడిస్తే లేసి కుసోని తల కింద చెయ్యి ఏసుకుని రొమ్ము పట్టుకొని పాలియల్ల. లేదంటే పొరబోతుంది. అని నాగక్క చెప్తా ఉంది.

ఇంతలో మా సావిత్రి వొదిన వొచ్చి "బిడ్డ ఏడిసినప్పుడల్లా పాలకు వేసుకోవద్దు. నేను అట్లే నా కొడుకును వాడు ఏడిసినప్పుడల్లా రొమ్ములు నోట్లో పెట్టి వాని చేత పాలు మానిపించడం నా వల్ల కాల. వాడు పాలు మానక నాకు ఆ కంట్లో నీళ్లు ఈ కంటికి పోపించినాడు. ఆడబిడ్డన్న పాలుబిన్న మానేస్తుంది. మగ నా బట్టలు మానరు. అందురి బిడ్లు రెండేళ్లు మూడేల్లకు పాలు మరిసిపోయి తిండి తింటే నా కొడుకు ఐదేళ్లు మాండ్ల. వానికి పాలు మానిపిచ్చేదానికి నేను బన్నకష్టం ఇంత అంతా కాదు. యాడన్న ఒక పల్లికో పట్నానికో పైనమై పోతే ముడ్డి నేలబెట్టి కుసున్నానంటే సాలు పాలకు తారాడతా రైకి పెరకతాడు. చుట్టూ జనాలు ఉండేది కూడా చూడడు. నాకు రొమ్ములకు బుడాలు పెద్దవి ఎవరన్నా చూస్తారేమో అనే సిగ్గుకు ఎరుసుకునేది. మొరుగు లేకపానీ వానికి మాత్రం పాలు తాపల్సిందే. లేదంటే పోరు పెట్టుకుంటాడు. ఎంత కొట్టినా మల్ల పాలకు ఎగబడతాడు.

రేయి వాన్ని పక్కలో వేసుకుని పనుకుంటే నిద్దరుండదు. రేయంత నోట్లో రొమ్ము పెట్టుకొని సీకతనే ఉంటాడు. నిద్రపోయినాడులే రొమ్ము తీద్దాము అని నోట్లోనుండి పెరికితే అప్పుడే లేసేసింటాడు. తీస్తే ఓ అని ఊరంతా పెరక్కచ్చేతట్టు ఏడుస్తాడు ఒక పక్కనే పడుకొని పడుకొని నాకు పక్కల్లు నొప్పులు వొచ్చేవి. వాడు ఏడ్చినప్పుడల్లా అంత సరి గాని, అంత సంగటి గాని దురుకు, కడుపు నిండుకు ఉంటే పాలు తాగడు అంటారు ఇరుగు పొరుగు. వాడు ఈ పాలమింద

లోకముతో తిండి సరిగ్గా తినేది లేదు. నాలుగేళ్లు నేను సక్కరంగా నిద్రపోయి ఎరగను. నా బాద చూడలేక మా నాగవ్వ "వాడు పాలకు వచ్చినప్పుడల్ల వాడు సూసేటిగా చిన్న కలమంద కోసి ఆ నసురు రొమ్ములకు దుద్దు అప్పుడు ఆ చేదుకు మానేస్తాడు అని. అట్ల కూడా చేసినా వాడు యాబ్రాసి నా బట్ట ఆ కలమందను కూడా గుడ్డతో తుడిచేసి తాగినాడు. అట్లవాడు తాగి తాగి నా ఎముకల్లో సారం కూడా పెరికేసేది. ఇట్లా కాదని కొన్నాల్లు మాయమ్మ గారి ఇంటికి కూడా పంపిస్తి. యాప చేదు, కలమంద ఇట్లా పూసి కొట్టి చిన్న చిన్నగా మానిపిచ్చినా. అందుకే నా మాద్రి ఎక్కువ ముదుకారం చేసుకోవద్దు. ఆకిలైనప్పుడే పాలివ్వు. చీటికి మాటికి పాలకు ఏసుకోవద్దు" అనె!

ఈరవ్వ వొచ్చి "బిడ్డకు పాలు బాగా రావాలంటే తెల్లగడ్డలు కరివేపాకు వాము సాసవలు ఎండి మిరపకాయలు బాగా వేయించుకొని పొడి కొట్టుకొని ఆరు నెలల దంకా తినల్ల పాలు బాగా పడతాయి. పాలు బిడ్డకు తాపే ఆడదానికి యసనం బాదలు కన్నీల్లు ఉండకూడదు. పాలిచ్చే తల్లి ఎంత సంతోషంగా మంచి తిండి తిని పాలిస్తుందో బిడ్డలు కూడా బాగుంటారు. అందుకే బిడ్డ పుట్టిన సంవత్సరం వరకు ఆలుమగల్ల పత్యం పెడతారు ఎందుకంటే ఆ సంవత్సరం చిన్న బిడ్డ తల్లి కింద లెక్క. ఆడదానికి ఆ సంవత్సరం రోజులు బిడ్డ మీద లోకం తప్పితే దేని మీద జోలి ఉండదు. బిడ్డతల్లి పైన మగోని చేయి బడితే ఆ యాడదానికి వొళ్ళు రగిలిపోతుంది. పెద్దోళ్ళు చెప్పే ఉండారు ఈనిన కుక్కగాని, ఈనిన పంది గాని, ఈనిన ఆవుగాని మగ వాటిని దగ్గరికి కూడా రానివ్వవు అని. అట్లే మగవి కూడ సరసానికి పోయే సాహసం చేయవు. పిల్లల తల్లుల పైకి కామంతో వస్తే ఆ జంతువులు చీల్చి చండాడతాయి. ఆడది కూడా అంతే. బిడ్డను పాలకేసుకున్నప్పుడు ఆ బిడ్డ ఒక రొమ్ము తాగుతా ఇంకొక రొమ్ము పిసకత కడుపు గిలత ఒళ్లంతా చేతులతో పెరకతా తంతా ఉంటే అదే తల్లికి ఆనందం. అందుకే పెద్దలు సంవత్సరం పత్యం పెట్టేది. కొంతమంది ఉంపడం నా బట్టలు వినకుండా బలవంతంగా ఆడదాని పొందు కోరుకుంటారు. ఆ ఆడదానికి ఆ టైములో మనశ్శాంతి ఉండదు ఆ రకంగా కూడా బిడ్డకు పాలు తగ్గుతాయి.

పురిట్లో బిడ్డను తల్లి కంటే ఎక్కువ తండ్రి ఎత్తి ముద్దాడి సాకితే బిడ్డ విలువ

పెళ్ళాం విలువ అర్థమవుతుంది. కొందురు నా బట్టలు ఉంటారు ఆడదానికి కడుపు చేస్తారు. పుట్టిన పురిటి బిడ్డను అంటరు ముట్టరు. బిడ్డను ఎత్తి ముద్దాడను సిగ్గుపడతారు. ఇట్లా నా బట్టలు లంజల్ని మాత్రమే ముద్దాడతారు. బిడ్డను ముద్దాన్నంత ఆనందం దేంట్లోన ఉండదని ఆ నా బట్టలకు తెలిస్తే కదా. అందుకే తల్లి బిడ్డ అనుబంధం కడుపులో ఉన్నబుడి కంటే పాలిచ్చేటప్పుడే ఎక్కువ అవుతుంది" అనే. ఇంతలో పద్మ "నేను బిడ్డ తల్లిగా ఉన్నప్పుడు నా జతన నరిసిగూడ కనింది. దాని మొగుడు తాగుబోతు నా బట్ట. దాన్ని నిండు మనిషి అనేది లేదు, ఆ బిడ్డ తల్లి అనేది లేదు బాద పెడతానే ఉండేది. దాని బిడ్డకు పాలు సాలేవి కాదు. దానికి పుట్టిన బిడ్డకు కూడా నేనే పాలిచ్చేది. అట్ల ఇద్దరు బిడ్డలకు సరిపోతా ఉండే నా దగ్గర పాలు" అనే పద్మ.

ఈ సందులో మా నాగక్క మాట్లాడతా "మీ మామ చచ్చిపోయే టబుటికి నా వయసు ముప్పై ఏళ్లు. అబుటికే ముగ్గురు బిడ్డలు. మిడివయసులో మొగుడు లేడు ఒంటికి బుద్ధి చెప్పుకొని కోరికలన్నీ చంపుకొని బిడ్డల కోసమే జీవించిన. నా కొడుక్కు పెండ్లయ్యి వానికి కూతురు పుట్టింది. నా కొడుకు కోడలు పన్లకు పోతా చిన్న బిడ్డను నాకాడ ఇడిసిపోయేది. అబుటికి నాకు ముట్లు కూడా నిలిచి పోయినాయి. నేను ఆ బిడ్డను ముద్దాడత అది ఏడ్చినప్పుడల్లా పాలకేసుకునేది. అది సంవత్సరం బిడ్డ దానికి తెలిస్తే కదా నా వొట్టి రొమ్ములు చీకుతా ఉంటే నా మనుసు ఎంత ఆనందం అయ్యేదొ. నేను కావల్సి కల్లా ఎవరూ లేనిది చూసి ఆ బిడ్డను ఎత్తుకొని రొమ్ములు చీకిచ్చుకునేది. అట్ల చేసి చేసి నాకు ఆ వయసులో పాలుబడిపోయినాయి. రొమ్ములు పిండితే పాలొచ్చేవి. బిడ్డకు పాలు దాపె ఆడదానికి పెద్దగా రోగాలు కూడా ఉండవు. వొళ్ళు అంత ఉల్లాసంగా ఆరోగ్యంగా ఉంటుంది" అనే. ఆ బాలింత దగ్గరికి పొయినోలంతా అ మాట ఈ మాట చెప్పి బిడ్డను బద్దరంగా చూసుకో అని అందరూ ఎలబారిరి.

అరేరేత్రి అబుడబుడే తొలికోళ్లు కూస్తా ఉండాయి. నాకు కోడి కూసింది అంటే నిద్ర పట్టదు అబుడే లేసి ఇంటి ముందర ఈది చెత్త నూకదామని పరక ఎత్తుకొని బయటకు పోతి. ఆయాలకే మా ఎదిరింటి నరసమామ కోసం సుబ్బవ్వ వొచ్చి తలుపు తడతా ఉంది. మా సుబ్బ మామ కుక్కను మేపినాడు.

అది నోటి మీద కాయి వాలకుండ మొరగతానే ఉంటుంది. ఆ కుక్కకు బయపడి ఊర్లోటోల్లే సరాసరి వాల్లింటికి పోను బయపడతారు. అంత రట్టాడి కుక్క అది. సుబ్బమ్మ ఓపక్క చేతులో కట్టి పట్టుకొని ఆ కుక్కను అదిలిస్తా నరసా నరసా అని తలుపు తడతా ఉంది. నేను సుబ్బవ్వ అంచుకుపోయి యాలవ్వా ఇంత మస్కిల్తో వొచ్చినావు అని అడిగితే ఆ మాటకు సుబ్బవ్వ "పాప నా మనవరాలు మూనెల్ల బాలింత. అది నిద్రలో ఎట్లనో బిడ్డ తగిలించుకునింది. దానికి సన్నుకుదురు అయింది. రాత్రి నుండి దానికి కొండ్ల పొడవాన సలి జ్వరం వచ్చేసింది. బిడ్డకు పాలు ఈలేక రొమ్ము నొప్పితో అల్లాడతా ఉంది. నొప్పికి ఏడస్తా ఉంటే దాని బాద చూడలేక ఇనుముతో దుద్దిన. ఎదురుకాల్లతో పుట్నోల్ల దగ్గర మూడు పూట్లు దిగదీపిస్తే బిన్న తగ్గిపోతుందంట. ఈ నరిసిగాడు ఎదురుగాల్లతో పుట్టినాడు అందుకే వాన్ని పిల్సకపోదామని వొచ్చిన" అనే. "ఎదురుకాళ్ళతో పుట్టేదంటే ఏందవ్వ" అని అడిగితే ఆ మాటకు అవ్వ "పుట్టేటప్పుడు మామూలుగా అందరూ తలకాయితో బయట కొస్తారు. కొంతమంది కాళ్లతో బయటకు వస్తారు. ఆ ఎదురుకాళ్ళతో పుట్టే బిడ్డకు కాన్పు కూడా కష్టమే ఈ ఎదురుకాల్ల బిడ్డలను కనేటప్పుడు తల్లులు ముక్క లేక తనకలాడతారు. అంత నొప్పిని బరిస్తారు కాబట్టి ఎదురుకాళ్ళతో పుట్టిన బిడ్డ ఎవరికైనా వొంటి నొప్పులు వస్తే, సన్నుకుదురైనా వాల్ల ఎడమకాలి బొటనవేలుతో మూడుసార్లు తీడితే పోతుంది. అందుకే నర్సిగోన్ని తొడక పోను వొచ్చిన" అనే. సుబ్బవ్వ మేమిద్దరం మాట్లాడతా ఉన్నట్లే నరసమామ లేచొచ్చా. సుబ్బవ్వ మామకు చెప్పి తోడుకొని పాయ!

***

మల్లెపూల కాలం

నిద్దర లేసి ఆవులు బయట కట్టేద్దామని ఆవుల కాటికి పోతే మా బోడావు కనుగుడ్లు పెద్దవిజేసి చెవులు ఇగ్గదీసుకొని నా కళ్ళ బిక్కర పట్టి చూస్తా ఉంది. ఏమైంది దీనికి అని యనక మడవ కాడ చూస్తే తెల్లగా కలమంద గుజ్జేకతం తీగలేస్తంది. అబుడు అర్థమయ్యే నాకు ఇది ఎదకొచ్చింది అని. ఈ యావు బిడ్డను ఈని ఇబుటికి సంవత్సరం అయింది. ఆవులు కూడా మనసుల మాదిరినే ఈన్న రెనెల్లు మూడు నెల్లు నుండి మల్ల ఎదకొస్తాయి. ఈ బోడిది ఎదకొచ్చిందంటే దాన్ని పట్టేది శానా కష్టం. దాని తాడు ఊడిందంటే మనసులు గాని ఆవులు గాని ఏవుంటే వాటిని ముందరికాళ్లతో ఎక్కే దానికి ఎగబడుతుంది. దానికి ఆడోళ్ళను చూస్తే సగిచ్చదు. మగోళ్ళని చూస్తే గమ్మునుంటుంది ఈ మాదిరి నెలలో రెండుసార్లు అంటే పదైదు దినాలకొక సారి మగ తోడు కోరుకుంటుంది. అప్పట్లో దాన్ని తోలకపోయి కోడె దగ్గర వదిలితేనే సరిపాయ. లేదంటే అరుస్తా తాడు ఊడిపిచ్చికొని చేతికి చిక్కకుండా ఎలిపోతుంది. దాని కోరిక తీరే వరకు దానిపానం నిమ్మలించదు. ఇది ఎదకొచ్చింది దీన్నిగట్టిగా కట్టేయి అని మా ఆయనకు చెప్పి డాక్టరుకి పోన్ చేయమంటిని.

ముందు కాలంలో అయితే ఆవులన్నీ మందల మందలుగా ఉండేవి. మేతకు తోలేటప్పుడు అన్నిటికి తాళ్లుఇప్పేసి పొలింమింద తోలేవాల్లు. అపుడు ఆవులు యదైతే మందలో ఎద్దులు ఉంటాయి ఈ ఆవు దాని ముందరకు పోయి ముడ్డి చూపిస్తుంది. ఆ ఎద్దు దాని మానాన్ని మూతితో మూగిచూసి దాన్ని దాటుతుంది. అట్లా వాటికి ఇబ్బంది లేకుండా వాటి కోరిక తీరేవి. కాలం మారంగ సేద్యాలకు టాక్టర్లు వొచ్చి ఎద్దులతో పనే లేకుండా పోయింది. అందుకే ఊర్లలో ఎద్దులు అనే మాటే లేదు. రెండు మూడు ఊర్లకు కలిపి గూలెద్దును ఒగడు మేపతా ఉంటాడు. ఈ ఎదకొొచ్చిన ఆవుల్ని ఆ గూలెద్దు కాడికి పట్టకపోతే అది ఈ ఆవుల్ని దాటుతుంది. ఒగ ఆవు మీదకు వొదిలితే మూడు నాలుగు వందలు తీసుకుంటారు. ఆ గూలెద్దును బలంగా మేపింటారు. ఆ గూలెద్దు ఎట్ల లేదన్న దినానికి మూడు నాలుగు ఆవులనైన దాటుతుంది. వాటిల్లో కొన్ని తొలిసూరివి కూడా ఉంటాయి. వాటికి కన్నిరకం కూడా ఆ ఎద్దే చేస్తుంది. మా బోడిదాన్ని ఇప్పటికి సుమారుగా నాలుగుసార్లు దాని దగ్గరే దాటిచ్చినాము. దానికి గర్భం నిలసల, డాక్టరుని కూడా పిలిపిచ్చి ఎదసూదులు ఏపిచ్చినాము, డాక్టరు సన్న ఇనప సువ్వలోకి బిడ్డయే మందు ఎక్కించి దానిమానంలోకి పెడతాడు.

ఆ పొద్దుగాని ఆ మరుసనా పొద్దుగాని దానికి ఎద తగ్గుతుంది. ఇట్ల కూడా మూడు నాలుగు సార్లు చేసినాము. డాక్టరు దాన్ని చూసి "గర్భం చెడిపోయింది క్లీన్ చేయాల, ఈ గూలెద్దులు ఎక్కువ ఆవుల్ని దాటుతా ఉంటాయి దానివల్ల ఇనెఫెక్షన్లు అయితాయి. గర్భాలు నిలవ్వు అనే. ఇంగ ఎట్లప్ప చేసేది ఎంత చేసిన ఇది ఎదకు వస్తానే ఉందంటే ఆ డాక్టర్ ఈ పొద్దు నేను సూదేస్తా దానికి, ఈ సర్కారు గడ్డి తిని తిని వొళ్ళు వేడి అయిపోయి ఉంటుంది. సెనగపిండి, పీడు వొగ పదైదు దినాలు తగ్గించి, పచ్చి కసువు ఎయ్యండి" అని చెప్పి పాయ.

పచ్చికసువు కావాలంటే చెరుకు తోటల్లోకే పోవల్ల. ఆ చెరుకు తోటలల్లోకి ఒగరే పోవాలంటే బయపడతారు. సామాన్యంగా ఆడోల్లు వొగగరే తోటలోకి పోరు. మా ఊర్లో ఉండే వొగ నలుగురు ఆడోళ్ళకి బయమే లేదు. మా రుప్పినక్క, మల్లొదిన, మాత చిన్నమ్మ, ఎంగిటి పార్వతవ్వ చేయెత్తు మనుషులు. అబ్బులిచ్చి దబ్బుకొనే అంత ఒల్లు. దానికి తోడు ఎమక బలం, గుండె దైర్నం ఎక్కువ.

యాడికైనా ఒంటిగా పోయి రాగలరు. ఎందుకంటే వాళ్లకు అంత ధైర్నం ఉంది. ఊర్లో వాల్లు వీళ్ళ మిందకు రంపులకు పోయినా వీల్లు ఎవరి మీదకైనా కావాలని పోయినా ఈల్లదే పై చేయి. ఊరంత నోరేసుకొని జొరబడి మిడ్డైన మొగోల్లను గానీ, రొమ్ము గుడ్డ పట్టుకొని గుద్ధతారు. జుట్లు పట్టి వంగదీసి కొడతారు, సవాల్లు తీడి తొడగొట్టే రకాలని పేరు మోసినారు. వాల్లు మొగోన్ని రెండు రకాలుగా వాడుకుంటారు. అది పోట్లాటకైనా పొందుకైనా సరే, అందుకే వాల్లకు పెద్దగా జతలు అవసరం ఉండదు.

నా జతకు నా జతగత్తెలు సరసను పద్మను కమలను పిలుద్దామని పోతి. అబుటికి ఎనిమిది గంట్లయింది. తొలిత సరస వాల్ల ఇంటి కాడికిపొయినా. అది ఇంటి ముందర నిలబడుకొని ఊరందర్నీ సాపిస్తా ఉంది “నా సౌతులు, నా మోగినాన్లు ఈటి కోసమేనా రేయి, పోగులు నీళ్లు పోసి కాపెడతా ఉండేది. అవిటి చేతుల్లో చెట్లుమోల్నాని, నా మల్లి చెట్టో ఒగ పూవు కూడా లేకుండా తుంచుకొని పోయినారు. ఆ దొంగ పూలు పెరికి తలకాయల్లో పెట్టుకోకపోతే ఏమీ మాకు లేవా తలకాయలు” అని తిడతా ఉండే. నేను “ఎందుకే సరస అట్ల తిడతా ఉండావు” అంటే నిన్న నేను లేంది చూసుకొని మా చెట్లో మల్లెపూలన్నీ తుంచుకుని పోయినారు. అనే పోతే పోనీలే, ముత్తయిదుపువ్వే కదా ఎవరు పెట్టుకుంటే ఏమిలే ఎందుకు తిడతావు, పూలు నా దగ్గరుండాయి ఇద్దరం పెట్టుకుందాములే రా అని గెడ్డికి పిలిస్తి. అది కొడవలి కోసం ఇంట్లోకి పాయ.

ఇది మల్లి పూల కాలం ఇట్లాంటి రంపులు ఒకటి రెండు జరగతానే ఉంటాయి మా ఊర్లో. ఏది లేకపోయినా ఇంటింటికి ఒక గుండుమల్లి చెట్టును శరత్తుగా నాటి పెంచుకున్నారు. మేము చిన్న బిడ్డలప్పుడు మా ఊరంతా ఎత్తుకున్న పది ఇండ్ల కాడ మాత్రమే మల్లిచెట్లు ఉండేవి. ఎవరన్నా అడక్కుండా పెరుక్కొంటే కొంతమంది వాళ్ల పైకి రంపుకు పోయే వాల్లు, అవి కూడా తొలిత ఇడిగిన పూలు మొగ్గలు బాగా పెద్దగా ఉంటాయి అవి ఎవరూ పెరకనీరు. ఆ పూలు వాల్ల ఇంట్లో వాల్లకై మిగిలితేనే బయటవాల్లకు ఇచ్చేవాల్లు. కొంతమందైతే ఎవరన్నా పెరుక్కొని పెట్టుకోనీలే పూలే కదా అనుకోని ఉండేవాల్ల ఇండ్ల కాడికి పోయి సొతంత్రంగా పెరుక్కొని పెట్టుకునే వాల్లం.

మల్లి చెట్లు లేని కొంతమందికి పూలు దక్కకనే మల్లెపూల కాలం అయిపోయేది. వాల్ల వాల్లకు మాత్రమే ఇచ్చినారు. మాకు ఈలేదు. అని ఈ పూల వల్ల ఆడోళ్లకు మగం నిస్టురాల్లు కూడా అయ్యేవి. ఈ మల్లెపూల కాలం వొచ్చిందంటే మూడేండ్ల బిడ్డ కాన్నుండి పండు ముసలోల్ల వరకు పువ్వంటే పిరిమి. ప్రతి ఇంట్లోనా ఒక కొప్పు సుట్ట ఉండేది. చేతి గాజుకు కానీ దుసార తీగకు కానీ గుడ్డపేలికలతో గుండ్రంగా సుట్ట సుట్టిపెట్టుకునేవాళ్ళు. తలకాయలో ఆ సుట్ట బెట్టి దాంతో కొప్పేసి ఆ కొప్పు నిండా మల్లెలు సుట్టేది. కొంత మంది పూల జడలు కుట్టుకునేది. ఆ నెలా రెన్నెల్లో మల్లెలు మూడు కోతలు కాస్తాయి. తెల్లగా తెల్లారేసరికి పల్లె పల్లె అంత మల్లెల వాసనతో గుమ్మెత్తి కొట్టేది. పూలు పెట్టుకోలేని మొగోళ్ళు, ఆడోళ్ళు కూడా ఆ వాసనకు వాటి మీద పిరిమితో ఒగో పువ్వ చెవుల్లో జోబీలో పెట్టుకొని తిరిగేవాల్లు. కన్నెపిల్లలు, పేమికులు ఈ కాలమే ఎక్కువ ఇండ్లలో వాళ్లకి పెద్దలకి దొరికిపోయి అగుడై తిట్లు తిని దెబ్బలు తినేది. ఈ మల్లెపూలకాలంలో ముడుక్కపోయిన ముసలోడు, కరసక పోయిన ముసలిది ముంతలో పెట్టినా ఉండరంటారు. అందుకనే మా ఊర్లో ఏం లేకపోయినా ఇంటికి ఒక మల్లి చెట్టు ఉండాలని కరువుకు, కాలానికి పోగొట్టకుండా పెంచుతారు.

సరస కొడవలి ఎత్తుకొని నాతో బయలుదేరె. నేను పద్మను పిలద్దాం అని పోతే అది నున్నగా జడేసి కొప్పు నిండా మల్లెలు ముడుస్తా ఉండే. ఏమే పద్మా నీకు ఇంకా కాలేదా అడక్కతిన్ను పోయినా ఆరుబాటముండాలంటారు.పునగడ పిల్లి పునిగినట్లు పునగతానే ఉంటావు పని వగదెగదు నీకు అని తిట్టేసరికి అది పయినమై కొడివిలి ఎత్తుకొని మాతోపాటు బయలుదేరె. మా కాడికి ముందే దావలో కాస్కోనుంది కమల. నలగరం దావకు ఎల్ల బారినాము. మా నలగరి తలకాయల్లోన మల్లెపూల వాసన గమాలిస్తా ఉండాయి. అవిటి వాసనకు మా తలకాయల్లో ఉండే బాదలన్నీ కాంచేడి పక్కన పెట్టి లోలోపల ఆనందంతో పోతావుండాము. దావలో మేము బిరిబిరి నడస్తా ఉంటే కమల మా యనక రెండు కాల్లు ఇర్రేసుకొని మానం కాడ చేతులేసి గీరుకుంటా వస్తా ఉంది. మేము ముగ్గురం ఎనిక్కి తిరిగి చూసి ఏమే కమల యాల గీరుకుంటా కాల్లు

రెండు ఇౖరేసుకొని నడుస్తా ఉండావు తీటేమన్నా ఎగిరిందా అని ఎగతాలి చేసి నవ్వితిమి.

పొద్దన మాయావు ఎదకొచ్చింది. నీ మాదిరినే కాల్లు ఇౖరేసుకుని నడస్తా ఉండే. ఏమ్మే నువ్వు కూడా ఎదకి ఏమన్నా వొచ్చినావా అని అందరం నగేసరికి ఆ మాటకు కమల కాదు "మే నావొల్లే నాకు సోదీనం లేకుండా అయిపోయింది. ఇట్లాంటివన్నీ ఎట్లా బయట చెప్పుకునేది. సిగ్గుకెరుసుకొని ఎవురికీ చెప్పేది లేదు. యాది రట్టు సంసారం గుట్టు అంటారు. ఈడంతా మనమే ఉండేది కాబట్టి చెప్తా ఉండ. నాకు పెండ్లి కాకముందు మానంలో ఉరపం గాని తెల్లబట్ట గాని ఒడిసిగడ్డలు గాని అయ్యేండ్ల. అవి ఎట్లా వస్తాయో కూడా తెలియదు. పెండ్లి అయినబుడు నుండి తెల్ల బట్ట అయితానే ఉంటుంది. మానం కాడ ఉరపము ఎత్తుకుంటుంది. ఒంటికి పోస్తే సురి సురి మంటుంది. ఇంకా నడిచేటబుడు కానీ పనిచేసేటబుడు కానీ చమట పట్టిందటే తట్టుకోలేను ఉరపానికి. ఆసుపత్రులకు కూడా పోయినాను. వాల్లు మందులు ఇచ్చినంతసేపు బాగానే ఉంటుంది. ఆలుమగలు కలిస్తే మల్ల మామూలే ఉరపాలు వచ్చేస్తాయి. డాక్టర్లు ఇది మగోని వల్ల కూడా వొస్తుంది అన్నారు. బిడ్లయినా కూడా నాకు ఇదేమికర్మ నా మొగునికి పెండ్లి కాకముందు నుంచి మన ఊరి మల్లితో సావాసం ఉంది. నాకు పెండ్లయి ఒగ బిడ్డ తల్లికానాంక తెలిసింది. అబుటినుండి ఎన్నోసార్లు రంపు లాడుకొని కొట్లాడుకొని అలిగి పుట్టింటికి పోయినా కూడా వాడు మారలే" అని బాదపడే.

పద్మ ఉండుకోని "ఆ మల్లికి ఎబుడూ తెల్లబట్ట అయితానే ఉంటుంది. నీ మొగుడు దాని దగ్గరికి పోయొచ్చి నీ దగ్గర పనుకొని నీకు రోగం అంటించే. అవును ఏం చేసేది డాక్టర్లు కూడా అదే చెప్తారు. ఆలు మొగుళ్ళు కలుసుకున్నప్పుడు కూడా మానాలు శుద్ధంగా కడుక్కోవాలని అదిగాక వాడు రేయి నా దెగ్గిరికి వొచ్చినాడంటే పని అయిపోతానే లేసి కడుక్కుందామనుకోడు. అట్లే కింద పరిసిండే దుప్పట్లకు తుడిచేసి పొనుకుంటాడు. నేనేమో లేసి కడుక్కుంటా. అదిగాక మూడు నాలుగు దినాలకో నాడు నీళ్లు పోసుకుంటాడు. అట్లే పొయ్యి వాని లంజితో కలస్తాడు. దాని రోగాలన్నీ ఎత్తకొచ్చి నాకు

దుద్దినాడు వాడేమో బాగానే ఉండాడు నేనేమన్నా అయిపోతే నా బిడ్డలకు దిక్కెవరు వానికేమి మల్ల పెళ్లి చేసుకుంటాడు. నేను తిరగబడి నువ్వు నీ లంజ దగ్గరికి పోయి నాకు ఈ రోగాలు అంటించినావంటే, నువ్వే ఎవుని దగ్గిరికో పోయి అంటించుకున్నావు అని మల్ల నన్నే అంటాడు. వాని కత్తికి ఇరుపక్కల పొదునుంది. ఎంతమందిలో ఉన్న ఇట్లా గీరుకుంటా ఉంటే మానం పోయినట్టు ఉంటుంది. నాకు ఈ కర్మ ఎబుటికి పోతుందో ఏమో డాక్టర్లు ఇట్లే ఉంటే గర్భసంచి తీసేయల్ల అంటారు అని కండ్ల నిండా నీళ్లు పెట్టుకుండే" కల.

ఆ మాటకు సరస "మన ఊర్లో ఆశ వర్కర్ ఉంది కదా ఆ యమ్మ దగ్గర లబ్బర్లు ఉంటాయి ఎత్తకపోయి ఏసుకోమనేది అనే. ఆ మాటకు కల అట్లా కూడా నేను చెప్పి చూసిన అవి నేను తొడుక్కోను అని మొండికేస్తాడు. నేను ఎవురి దగ్గరికి పోలేదు అని బొంకతాడు. పెద్దలనే ఉండారు కదా రంకు నేర్చినమ్మ బొంకు నేర్చకపో తే గుంత నక్కల పాలయ అన్నట్లు అయ్యే. ఆ మాటకు సరస "మన ఊర్లో నరిసి గొని పెళ్ళాం ఎట్లాడిది అని ఊరు అందరికీ తెలుసు. అందరూ కడుపాకిలి తీరిస్తే అది మడ్డాకిలి తీరుస్తుంది. దాని వలన దాని మొగునికి మానమంతా కురుపులు వొచ్చి, ఒడిసి గడ్డలయి బాదపడి ఆసుపత్రిలో జేరి వొళ్ళు బాగ చేసుకోని వొచ్చినాడు. అందుకే ఇప్పుడు ఊర్లో ఉండే నరేష్ గోని పెళ్ళానికి గర్భసంచి ఆపరేషన్ అయింది. ఎంగిటిగోని పెళ్ళానికి అయింది. ఇరుగోని పెళ్ళానికి కూడా అయింది. ఇళ్లల్లో ఆడది సర్లేక మగోడు సర్లేకనే ఇట్లా కుమిటి రోగాలు వస్తాయి. నీళ్లల్లో అంత ముట్టాకు ఊడగాకు పసుపు వేసి ఉడకబెట్టి ఆ నీళ్లతో మానం కడుక్కో ఆ నవ్వులు తగ్గుతాయి" అనే సరస.

ఆయాలకు చెరుకు తోటొచ్చే. మేము తల ఒక తొక్కు వొంగి గడ్డి కోస్తా ఉండాము. నడి తోటలో గుమ్ముల సందుల్లో చెరుకాకులు సరసరమని కదలతా ఉండాయి మేమంతా కానకుండా గుమ్ముల సందుల్లోకి పోయి తొంగి చూస్తిమి. మాత చిన్నమ్మ ఒక మగాడు అదే పని మీద ఉండారు. మాయవ్వ చెప్పేది ఆ పని చేసుకున్నోల్ల కంటే చూసినోళ్ళకు ఎక్కువ పాపాలంట అని అందుకే మేము చూసీ చూన్నట్లు గడ్డి కోసుకొని ఇండ్లకొస్తిమి!

***

జెయమరిగినో అబుడే దానికి బుద్ధి రోసిపాయ. 'నడుములో సత్తా ఉన్నన్నాళ్లు పరిగెత్తుత్తారు. మల్ల నిలిచిపోతారులే' అనుకోని మా ఇండ్లకు పోతిమి.

ఆ మరుసు నాడు ఆవులపొద్దుకు ఆవులిప్పదామనుకుంటా ఉంటే సరోజి నా కాడికొచ్చి, "ఆవులు తోలుకొని రా సారాయి కుంటకల్లా" అని నన్ను పిలిచే. "రాత్రి నువ్వు నీ మొగుడు ఆపాడిగా కొట్టుకొని అబుడే ఆవుల కాడికి పయనమైనావే" అంటే, "మా రంపు ఉండేదేలే పద" అని ఇద్దరం సారాయి కుంట కల్లా ఆవులు తోలుకొని పోతిమి. తొలిత మేమే పొయినాము. ఆవులన్నిటిని మేతకు వదిలి మేము గుంటి మీద కూసుంటిమి. కుక్క పొలుసువాసన పసిగట్టినట్లు మా జాడ పట్టుకొని మా ఎనకాలనే సావిత్రి చిన్నమ్మ, పార్వతవ్వ, లచ్చుమత్త, గంగమామ, గోపి గోడు ఆవులు తోలుకొనొచ్చిరి. మా సరోజి వాళ్ళందరిని చూసి ఎవురికి కనకుండా మనంవస్తే, ఎట్లనొ సడి తెలుసుకొని మన ఎనకే వొచ్చేసినారు. అని నల్లమగం ఏసుకుండే. పోతే పోనీలే మనకు జతకుంటారు అంటి నేను. ఆవులన్నిటినీ మేతకు వొదిలి అందరూ మా కాడికొచ్చిరి.

మా సావిత్రి చిన్నమ్మ "అదేమే మీరిద్దురూ చెప్పా పెట్టకుండా వచ్చేసినారు" అనే. ఆ మాటకు నేను వుండుకొని "అదేం లేదు చిన్నమ్మ ఆవులు అరస్తా ఉంటే ముందుగా ఇప్పితిమి" అంటి. మా గంగ మామ గూలెద్దును తోలుకొని వొచ్చినాడు ఆ ఎద్దు మంచి పాయంగా ఉంది. మేసే ఆడ ఆవుల్ని ఎక్కే దానికి దాని సామాను పొడవుగా చాంచి బలవంతంగా వాటి ముడ్లేనక పోయి మూగి చూస్తా కాలెత్తి వాటి మీద ఏసేదానికి వాటిని తరమతా ఉంది. ఆ ఎద్దును చూసి ఆవులన్నీ మేతమేయకుండా పరిగెత్తుతా ఉండాయి. కొన్నావులు ఎదకొచ్చినప్పుడు తప్పితే మిగతా దినాల్లో సరాసరి ఎద్దులు దాటితే ఒప్పుకోవు. తిరగబడి పొడుస్తాయి, లేదా దూరంగా ఎలిపోతాయి. ఆడున్నోల్లమందరమూ "గంగమామ నీ ఎద్దును కట్టయ్యి. మాయావుల్ని గడ్డి మేయనీకుండా తరమతా ఉంది. నీకెంత పొగురుందో దానికి రెండింతలు జాస్తి ఉంది" అని నగితిమి. గంగమామ ఎద్దును పట్టుకొని కట్టేసా.

మా పార్వతవ్వ ఆవులు కుంట ఆనుకొని కంది చేను ఉంటే దాంట్లో

పన్నాయి. ఆయమ్మ ముసిల్ది. ఆవుల్ని వంగైలేందని మా గోపిగోన్ని వంగేసుకు రాపో అని చెప్తే వాడు పరిగెత్తి పాయ. ఆడోళ్ళలో ఒకరిద్దరు మగాళ్లు వస్తే అన్నిగొడ్లు వంగేసేది వాళ్లే. అందుకే పెద్దగా ఆడోళ్ళతో మొగోళ్ళు గొడ్లు అంతగా తోలకరారు. తలమాసినోడు ఎవడన్నా ఎంటపడితే వాని గుద్ధ నేలబెట్టనీరు.

మేమందరం గుంపు జేరి సంగటి సారు గురించి, ఆడ మగ, ముసలోల్లు పిల్లోల్ల గురించి, ఇరుగుపొరుగు గురించి, పనికొచ్చే మాట ఒకటి, పనికిరాని మాటొకటి, మాట్లాడుకుంటా ఉన్నాము. సరోజ మాత్రానికి గుంపులో ఉందిగాని దాని లోకం ఆడలేదు. తూర్పు దిక్కున ఎగ చూసుకోనుంది. మేమందరం "ఏమే సరోజ మెతగా ఉండావు. రాత్రి జరిగిన రంపు గురించా?" అంటే అదేమీలేదు అనే. మేము మాట్లమిందుంటే యాన్నో దూరంగా రెండు రాళ్లు టంగ్ టంగ్ అని కొట్టిన సప్పుడు ఇనపడే. అందరం ఇంటిమి కానీ పట్టించుకోలా. సరోజ నాతో మే నేను రొంటేళ్లకు పోయొస్తాను అనేసి తూర్పు దిక్కుగా పాయ.

మా లచ్చుమత్తకు, గంగమామకు పాత నేస్తముంది. వాళ్ళిద్దరూ మాకు అర్థంకాని కక్కారబాసలో ఏందో మాట్లాడుకుంటా ఉండారు. దానినే రంకు బాస అంటారు. ఆడ మగాలే మాట్లాడుతాయి.

పార్వతవ్వ సారాయి గుంటకల్ల తేరిపార చూస్తా "చిన్నప్పుడు మాయమ్మోలు ఈ కుంట్లో గొరిటాకు పెరకచ్చి మాదరిచ్చి పెట్టేవాళ్ళు, అట్లే తీపు తినాలనిపిస్తే ఈ కుంటలో గొడిగడ్డలు పెరక్కచ్చి పై పొట్టు దుద్దేసి పిండి కొట్టి ఆ పిండి సట్టికి పోసి అనబ్బేదలు, బెల్లం ఏసి పొయ్యి మీద పెట్టి చింతకట్లు పొయ్యిలో ఏసి అగ్గి రగిలిస్తే రేయి అంతా ఉడికిఉడికి తెల్లారేకుందికి వంట రెడీ అయ్యేది. పొద్దున్నే మగాళ్లు కడుక్కని ఆ సట్లోడిది కరులు కరులు పెరుక్కోని తింటా ఉంటే అంతా బుతువుగా ఉండేది. కొనగెంటాకు పెరక్కపోయి ఉప్పు మిరపకాయి నూరి చల్లుకొని తిందుము ఈ గుంట ఆవులుకు మనుషులకు కరువులో కూడా కడుపు నింపేది" అనే. ఆయాలకు సరోజ పోయి రెండు గంటలాయ. మా పార్వతవ్వ వుండుకొని "సరోజ బయిటికి పోయి రెండు గంటలాయ, నెత్తిన రాయి పెట్టుకొని కూసునిందా? లేదా చిన్న మనసు చేసుకొని ఏమన్నా అయిపాయినా దాని బిడ్డలకు దిక్కె వరు పోయి సూడండ్రా" అంటా

ఉంది.

సరోజకి మూడావులు ఉండాయి. వాటిలో ఒకటి కర్రావు. ఆ యావు సరోజ ఏ దావింటి పోయిందో ఆ దావకల్ల తలకాయ ఎత్తి చూసేది. అంబా అని అరిచేది, మల్ల గడ్డి మేసేది. అది చూసి పార్వతవ్వ "చూడండిరా నోరు లేనిది ఒకటే, మూగజీవాలకు అన్ని తెలుసు సరోజ యా దావింటిపోయిందో ఆ పక్కనే చూసి అరుస్తా ఉంది. మా పుల్లావు గూడా అంతే నేను పర్లాంగు దూరంలో కనపన్నా అరుస్తుంది. నా గొంతు యాడ ఇన్నా అరుస్తుంది" అంటా ఉంది. ఆ యాలకే సరోజ దావంటి వస్తావుంది. అది చూసి దాని ఆవు ఇంకా గట్టిగా అరిసె. పోయేటప్పుడు సప్పిడిగా పోయింది వచ్చేటప్పుడు నగుమగంతో వస్తా ఉంది. అది మాకాడికి వస్తానే నేను "ఏమే సరోజ ఏంచేడాయ నువ్వు పోయి, ఏమైపోయినావని అనుకునేది". అని తలాకు ఒక మాట అంటే సరోజ "నేను యాడికిపోలా ఆన్నె ఉలింజి పండ్లు ఉంటే ఇడిపించుకుని తింటా వుంటి" అని కొన్ని కాయలు పైటచెరుగులో ఏసుకొనొచ్చి మాకు తలా కాసిన్ని చేతిలో పెట్టే.

అదొచ్చిన కాంచేడి కంతా నర్సిగోడు బుజాన కొడివిలి పెట్టుకొని అట్లా వచ్చే. వాన్ని చూస్తానే మాకందరికీ అనుమానం నిజమాయ. ఈ నర్సిగాడు సరోజ మిండగాడు. వాడు సరోజ కోసమే వచ్చినాడు. వీళ్ళిద్దరూ కలిసి ఆబల్ల పొదల్లో ఉన్నారు అని దిష్టాగా తెలిసి పాయ. పార్వతవ్వ వుండుకొని "ఏమే సరోజ, నీకు సరిపోతుందా రేయంత దెబ్బలు తిని పొద్దున్నే మల్ల వాన్ని రప్పించుకోవడం అవసరమా" అని తిట్టే. ఆడున్నోళ్లంతా దీనికి సిగ్గు రాదు. అయినా పొయ్యి ఎక్కి నాయమ్మ గుద్దకాలుతుందిలే అనితలాకు ఒగ మాట అంటా ఉంటే అది ఆవుల కాడికి పోయి కూసుండే.

నేనుండుకొని, "కాదు పార్వతవ్వ ఇది చేసేది ఏమన్నా సరిపోతాదా?" అంటే ఆ మాటకు పార్వతవ్వ వుండుకొని "కాదునాయనా మనిషి జీవితంలో కొంతకాలం నువ్వైనా నేనైనా వొళ్ళు చెప్పినట్లు ఇంటాము. ఇప్పుడు దాన్ని దాని వొళ్ళు ఆడిస్తా ఉంది. ఆ ఒంట్లో పట్టు తగ్గిపోతే అప్పుడు తలకాయతో ఆలోసన చేస్తుంది. మేమంతా కూడా పాయములో ఎవురు మాట ఇనేది లేదు. వొళ్ళు యాడికి పరిగెత్తమంటే ఆటికి పరిగెత్తేది. ఒంట్లో బింకం అంతపని చేస్తుంది.

అంతయాల ఏవూరు మాటో మనకొద్దు. నామాటే చెప్తా ఇను మీ తాతను చేసుకునేది మా ఇంట్లో ఎవురికీ ఇష్టం లేదు. మాయమ్మ ఎబుడు మీ తాతను తిట్టేది. వాడు తల్లిదండ్రిని లెక్క చేయడు. మూడు పూట్లు తిని కండలు కాపాడుకుంటాడు. పనీ పాట చెయ్యడు. పోతే నీకు సరి జత కూడా కాదు. వాన్ని చేసుకుంటే జీవితాంతం లేని కర్మలు పడతావు అని లేనిట్టు చెప్పినారు. అయినా నేను ఇనలేదు. అబుడు వాడు నన్ను సాకతాడా సాకడా అనే చింత లేదు. వాడు మంచోడా చెడ్డోడా అనే ఆలోచించలేదు. వాడు నన్ను కుసాలగా మాట్లాడి, నాతో జారీకం ఆడితే చాలు. దినానికి ఒకసారి అన్న చూసి మాట్లాడితేనే, మనిషి కనపడకపోతే పానం నిబాయించదు. వాడు ఏంపని చెప్పినా చేసేది. తల్లిదండ్రి, ఇరుగు పొరుగు, మానము అగుమానం ఏమీ అనిపించేది లేదు. పులినిడిసి దాన్ని తప్పించుకొని వానిదగ్గరకు పొమ్మంటే కూడా ఎలి పోయేది. వాడు నడిసముద్రం పైన నిలబడుకొని రమ్మంటే కూడా ఈదుకోని పోదాము అనిపిస్తుంది వానిచేయి నా వొళ్ళు మీద పడేదంకా ఆరాటం ఆగేది కాదు. వానికోసం ఇంట్లో దెబ్బలు తిట్లు తిన్నా. ఆకీరుకు బలవంతంగా దూరం ఇచ్చి పెండ్లి చేసిరి తొలి నలుగులుకు మా అమ్మ గారి ఇంటికి వొస్తిమి. అందరూ నలుగులు ఏసే ఏర్పాట్లు లో ఉంటే నేను మీ తాత ఎవరి కంట పడకుండా ఆ రేతిరి కట్టు గుడ్డలతో లేసిపోతిమి. అడివి గుండా రాయనక రప్పనక పదైదు మైళ్ళు నడిసినాము. మళ్ళీ పంచాయతీలు, రామాయణాలు అయి పెండ్లికొడుకు తప్పు కట్టించి దెబ్బలు, తిట్లు తిని మేమిద్దరం పెండ్లి చేసుకొని కాపురం బెడితిమి. సక్కరంగా మూనెల్లు గడిసుంటుంది. అబుడి నుండి వాని స్వరూపం చూపిస్తావచ్చే. వాని దగ్గిర నాకు దినదిన గండం నూరేండ్ల ఆయుసు అయ్యే. ఎనకింటినే నలుగురు బిడ్డలు పుట్టిరి. కోటి సార్లు అనుకోనుంట బుద్ధిలేని పని చేసినానని. కొందరు వొల్లును బుద్దిని కూడా సమాలిచ్చి బతకతారు. బుద్ది లేని పనిచేసిన అనే మాటే వాళ్లకు రాదు. ఆడ మగ ఎవరన్నా గాని నడివయసు దంక వొళ్ళు మాటే ఇంటారు. ఆ వయసులో పెద్దల మాట సొవుకు ఎక్కదు. ముసలి ముతక, రోగం రొచ్చు వొచ్చినోళ్ల నుండి దూరంగా ఉంటారు. వొళ్ళుమాట ఇన్నోల్లు నామాదిరి ఉసూరుమంటారు. బుద్ది మాట ఇన్నోలంతా కడవరకు నిండుకుండే కతం తొనక్కుండా ఉంటారు" అనే.

మా గంగమామను చూసి మా లచ్చుమత్త పాట అందుకుండే.

"బాకరాపేట అడవిలోన ఓ సాయిబు,
బండి తోలుకొని ఓ సాయిబు,
ఒంటిగ పోతావు ఒంటిగ వస్తావు ఓ సాయిబు,
పలుపు తోడుగా వద్దామనుకుంటే ఇంట్లో బలేపోరు ఓ సాయిబు,
నిన్ను ఇడవ బుద్దిగాలేదు మరవబుద్ది గాలేదు ఓ సాయిబు,
సాకిరేవు సవడమ్మ సాచ్చిగా
నీ సావాసం సాలించబుద్దిగాలేదు ఓ సాయిబు."

మా గంగమామ ఎద్దు తాడు తెంపు కొని మల్ల ఆవుల మీదకు పరుగులెత్తే.

***

మాతక్క సెయ్యి మత్యం

మా ఊరు నుండి రెండు మైళ్ళ దూరంలో ఉండే రామాపురంలో సత్యారిచందుని నాటకం ఏస్తా ఉండారంటే అది చూసేదానికి ఆడ మగ, పిల్లపెద్ద ఇరవై మంది దాంకా బయలుదేరి ఆట కాటికి పోయినాము. మా కాడికి ముందే ఏడూర్ల జనం కిక్కిరస్తా ఉండారు.

వాల్లలో ఎంటికలు తెల్లబడి ఒల్లు వంగకుండా బింకంగా ఉండి ఈ నాటకాలు అంటే పానం ఇడుపు చేసుకునే ఆడ మగ అందరూ టేజికి ముందు వరసలో ఈ తావులు మావి అన్నంత కరారుగా పాదుకొని కూసున్నారు. సీమలు పారాన్ను కూడా సందు లేకుండా వాల్ల పక్కల్లోనే వాల్ల మనవలు మనవరాల్లను కుసన్న పెట్టుకున్నారు. మా జాతిలో గొడ్డు సస్తే ఒగ సామెత చెప్తారు. ముందు పోయినోనికి సిక్కుతుంది పొదుగు కండ, వెనకాల పోయినోనికి ఎమకా ఎసురే, అన్నట్లు. మేమంతా ఎనక కుసున్నాము. నా పక్కనే మా మాతక్క కుసున్నింది.

మాతక్క ఆస్తి మనిసి. నా మెడ చుట్టూ చేతులు వేసుకొని ఆటను చూస్తావుంది. నేనుండుకొని, క్కో మెల మింద చేతులు తీ బొరువు అంటే మెల మీద చెయ్యితీసి మల్ల తొడమింద ఏసుకుండే. ఆయమ్మకు ఒగ అలవాటుంది పక్కన మనిసుంటే ఆ మనిసి మింద ఒరిగిపోతుంది. ఆ మనిసిని పిరింగ పట్టుకుంటుంది. మనసులంటే అంతక్కర. మంచిది అని పేరు మోసింది. నేను ఆ యమ్మ చేయి మోస్తా ఆట చూస్తాఉన్నా. కత మంచి రసపట్టులో ఉంది

అరిచందుడు జూదవొడ్డి ఆ జూదంలో ఓడి, రాజ్యము రొక్కము అన్నీ పోగొట్టుకొని సాలని కొదవకు పెండ్లాన్ని, బిడ్డను అమ్ముకొని ఆ యప్పను కూడా అమ్మకానికి పెట్టుకున్నాడు. ఆడిన మాట తప్పనివాడు అసత్యము బొంకనివాడు ఎయ్యి వరాలకు ఎవరైనా కొనుక్కోండయ్యా అని యాలమేసినబుడు అరిచందుడు అంబేదగా నిలబడి ఉండాడు.

వొట్టి బుజాన నల్ల కమ్మిడి ఏసుకొని, మోకాల్లపైకి మాసిన దోవతి కట్టుకొని, మెల్లో ఎండి తాయిత్తు, చేతులకు రెట్ట కడిమి, కాళ్ళ కడియాలు తొడుక్కొని, సింపిరెంటుకులు బుర్ర మీసాలు ఎర్ర కనుగుడ్లుతో ఒగ చేతిలో ఎదురు కట్టి, ఇంగొగ చేతిలో సారా సీసాతో, వొంట్లో దమ్మిడి ఆలీ (శక్తీ) లేక తప్పట దుగులు ఏసుకుంటా శవాల్లు కాల్చిన కమురు గొబ్బు కొట్టుకుంటా జనంలో నిలబడి నేను కొంటాను అనిఅంటాడు కాటిపాపుడు. దావతిలో చెక్కోనుండే కాటికాసులు తిత్తి తీసి కాసులు ఉడ్డ బోసి అరిచందుని కొనుక్కొని చెయ్యి పట్టి నేను కాటిపాపుడు నువ్వు ఈరబాబుడు, ఈ మశానమే మనకు రుద్రబూమి ఎవరైనా సరే కాటి కాసులు ఇయ్యందే కాటిలిం పెట్టరాదు. ఆ కాటికాసులు వసూలు చేసి నాకు తెచ్చి ఈయల్ల, ఇదే నీ పని అని చెప్తాడు కాటి పాపుడు.

ఆ మాటలకు అరిచందుడు చేతులు జోడించి బీదమొగం పెట్టి మీరు చెప్పిన పనులు తుచా తప్పకుండా నెరవేరస్తానని ఆకాటికాపరికి దండ పెడతాడు. నాటకం చూసే జనమంతా అరిచందుని పార్ట్ కట్టిండే ఆయప్ప నటనకు కరిగిపోయినారు. కొందరు యాడస్తా ఉంటే కొందరు ఏడుపు మొగాలు పెట్టుకొని ఎంగిలి కూడా మింగకుండా ఆట చూస్తా ఉండారు. సుమారు మున్నూరు మందికి పైగా ఉంటారు జనం. అందరి మగాల్లోనా మబ్బులు గమ్మినాయి. అందరూ వొళ్ళు మరిచి అరిచందుని చూస్తా ఉండారు.

ఇంతలో మాతక్క ఒగుక్కున లేసి జనాన్ని తొక్కకుంట తోలగేసుకుని టేజిపైకి ఎక్కేసి అరిచందుని రెండు చేతులతో దబ్బుకొని ఏడ్సుకుంటా చంపను ముద్దు కుండే. ఆ హరిచంద్రుడు కూడా బిత్తర చూపులు చూసే. మాతక్క గురించి గెడి సేపు కత నిలిచిపాయ చూసే జనాలందరూ మాతక్కను అది నిజము కాదులేమ్మ నాటకం, దిగు అంద్రి. పక్కనున్నవాళ్ళు అందరూ గుడ్లప్పగించి

చూసి ఎవరీయమ్మ పిచ్చిదా అంటా ఉండారు. ఆడ మాతక్క చేసిన ఈరంగం గురించే మాట్లాడుకుంటా ఉండారు. ఆ యమ్మకి ఏమి దైర్నం అని కొందురంటే, వొల్లులో బయమిడిస్తే ఇంతే అని కొందురు, ఆయమ్మ వొల్లు మింద ఏందో పూనింది అని కొందరు. దాని దిక్కారెలే దాని మనసుకు ఏందనిపిస్తే అది చేస్తుంది దాని మాద్రి మద్యానం బతికినా సాలు అని కొందరు. ఈ చిందర బందర గందరగోళములో ఆట కూడా ముగిసి అందరం ఊరి దావ బడితిమి.

ఆటకు పోయినోళ్లలో అందరి కాడికి పెద్దది ఈ రవ్వ. ఆ యమ్మ మాట్లాడతా "కాదే మాతమ్మ నీకేమన్నా బుద్ధి బుఱ్ర ఉందా అంతమందిలో ఆ పని తగుతుందా నీకు. నీ మొగునికి తెలిసి నిన్ను ఇల్లు ఎల్లగొడితే ఏం చేస్తావు పలాన ఊరాయమ్మ సబ్బండి జనంలో ఈ మాదిరి చేసిందంటే ఎంత చిన్నతనము. అని ఆ యవ్వతో పాటు అందరూ ఓ మాట కలబలిగిరి. ఆ మాటలు మా మాతక్క సొవుకు ఎక్కలా, ఇంకా ఆటలో నుంచి బయట రాలే, ఆ కలవరంతోనే నా బుజం మీద చెయ్యేసుకొని నడుస్తా ఉంది. పానకంలో పుల్లేగతం నేను వుండుకొని "కాదే మాతక్క అంత జనంలో మగం చూపించను కూడా ఎర్సుకుంటారు నీకేడిదే అంత దైర్యం" అంటే "ఏమో పాపా అరిచందుని పార్టీ గట్టిండే వాన్ని చూసి నా పేగులు కరిగిపోయినాయి. అందుకే ముద్దు కుంటి. అదేమన్నా పెద్ద తప్పా" అనే.

మాతక్క గురించి చెప్పాలంటే ఆయమ్మ మాట పట్టింపు మనిసి కాదు. ఆయమ్మ జతలో ఎవరున్నా బుజం మింద చేతులేసి చేయి పట్టుకొని నిలేసి నోరారా మాట్లాడుతుంది. ఎట్లా వాళ్లనైనా నగిస్తుంది. అందుకే సామాన్యంగా బాదలు ఆయమ్మ దరిజేరవు. మా ఊర్లో ఉండే ఆడ మగ, పిల్లపెద్ద అందరూ ఆ యమ్మను చూసి ఆ యమ్మ మాదిరే బతకాలనుకుంటారు. అందుకే ఆ యమ్మను ఎవరు కంటు కట్టుకోరు. ఆయమ్మ కూడా ఎవరిమింద కంటు కట్టుకోదు. మాతక్కను చానా మంది అడిగినారు నువ్వెలా పెద్ద చిన్న సూడవు, లోకం మీద మనసులు ఎట్లాంటోళ్ళు ఉండారు నీకు తెలుసునా? కొందరికి మనుసులు అంటుకుంటే సగించదు, దూర దూరంగా ఉంటారు. కొందురు అంతస్తును బట్టి, కొందురు కులాన్ని బట్టి, కొందురు వాళ్ల సొగుసును బట్టి దూరముంటారు.

మామూలుగా అందరి మాదిరి పట్టుకోకుండా మాట్లాడితే ఏమి నువ్వా అని అడిగినోల్లు కూడా ఉండారు.

ఆ మాటలకు "మాతక్క నేను ఎవురిని పడితే వాల్లను పట్టుకోను. ఈళ్ళు నా వోళ్ళు అనుకున్నప్పుడే నేను చెయ్యి పట్టుకొని మాట్లాడతా, వాల్లను పట్టుకున్నప్పుడల్లా నా మనసు నిండుగా ఆనందంగా ఉంటుంది. నన్ను కూడా ఎవరైనా పట్టి మాట్లాడితే నాకూ అంతే సంబరంగా ఉంటుంది. అంతేల కుక్కనో పిల్లినో తలకాయి నిమిరి ఈపు తీడి చూడండి అవి నాలుగు గాల్లు మోకరిల్లి ఎంత అనకవగా ఒదిగి పోతయో, మనకు అవిటికి ఏమి తేడా లేదు. అయినా నేనంటే సింగిలిచ్చుకునే వాల్ల అంచుకు జేరను" అంటుంది.

మా ఊర్లో ఈ అమ్మకు దోడుమైనోడే నారాయణప్ప. మగం కళ అంత బాగుంటుంది. ఆ యప్ప అంతే మనిసిని మాట్లాడలంటే చేయి పట్టుకుంటాడు. జారీకంగా ఆడోళ్ళ బుజాల మిద చేతులేస్తాడు. అట్లా ఏసి చానా మంది దగ్గర కాదనిపించుకుంటాడు. ఈ యప్పకి ఏమి పొగురు అనీ తిట్టుకున్నా కూడా ఇర్తి ఇడసడు. ఇంగ మగోళ్ళనైతే గిచ్చుతా, గిల్లతా, చక్కలగిలి పెడతా నగిస్తాడు. అందరూ ఆయప్పను నీకు ముసలి వయసులో కూడా పిల్ల పొగురు పట్టింది అని ఇడదలిచ్చుకోని పరిగెత్తతారు. దిగుల్లేని బతుకు నీది అని ఎగతాళి చేస్తారు. అంత కుశాలోడు ఆయప్ప. మా నాగన్న, మల్లికక్క కూడా ఈళ్లకు దోడుమైనోళ్లే. ఎబుడు నలగర్ని అంచుకు చేరదీసి పట్టి ఇడస్తా, నగతా నగిస్తా సంబరంగా ఉంటాడు.

దావ నడుస్తా నేనుండుకొని కాదే మాతక్క అరిచంద్రునికేమో ముద్దుపెడితివి. వాడు నీ మింద బెమపడి వెంట పడితే ఏంచేస్తావు అంటి. ఆ మాటకు మాతక్క వస్తే రాని తప్పేముంది నేను కూడా చెప్తా "ఒరే నాయనా నువ్వు అనుకునే బెమ కాదురా నీ నాటకం మింద బెమ" అని, ఏది జరగల్లన్న ఇరువర్ల సమ్మతముండల్ల. అది లేంది ఎంత చేసినా ఏమీకాదు. ఈ జల్లు మాటలు ఎన్ని అనుకుంటే ఏమి. కాకపోతే నువ్వు అంటా ఉంటే నాకు గుర్తొస్తావుంది. ఇది ఇరవై ఏళ్ల మాట అబుడు మన ఊరికి తుముకాకులు కొనేదానికి ఏలూరు నుండి పెద్దయాపారస్తులు వచ్చేది. రెండు మూడు నెల్లు ఇక్కన్నే ఉండి సరుకు

కొనకపోతావుండ్రి. పెరుమాలు అనే ఆయప్ప వయసు యాబయి పైనే ఉంటాయి ఊరికి వస్తా పోతా బాగా నిలువు అయినాడు. సరుకు కొనే దానికి ఇంటికాడికి వస్తే నేను చెయ్యి బట్టి నగతా చాన్నాళ్లకు వస్తిరి బాగున్నారా ఇట్లా మంచి చెడ్డ మాట్లాడితే ఆ ముసలి నా బట్ట ఇంగొక రకంగా అనుకున్నాడు. ఇట్లాంటివి జరగతానే ఉంటాయి" అనే.

అందరం ఊర్లోకి అడుగుపెడితే మాతక్క చేసిండే పని ఊరంతా రంజుకునింది. ఆడేమో ఒల్లు మరిసి ఇష్టానుసారం చిలరేగినావు నీ మొగుడు వొల్లు కాపతాడు పో అండ్రి. ఆయమ్మ మొగుడు చూసేదానికి వస్తాదే గతం ఉంటాడే గానీ ఇర్తి తెలిసిన మగోడు. మాతక్క ఇంట్లోకి అడుగు పెడతానే "ఏమే దిక్కలా ఊర్లకంత పలానోని పెండ్లాము ఈ మాదిరి చేసిందని నా మానం తీసి మోకాలికి గట్టొస్తివా" అనడిగినాడు. మాతక్క "కాదు బా ఊరోళ్లు మాటలకేమి, ఆ అరిచందుని పార్టీ గట్టిండే వానికి మన బిడ్డ వయసుంటుంది. ఎట్లాడినాడంటే నిజము అరిచందుడు దిగొచ్చినట్టే ఉన్నాడు. పొదుము చెప్తా ఉంటే వాని గొంతు కొట్టి పెరక్కుందామనిపించింది." అని చెప్తా అంచున కుసోని మొగిని సెయ్యి పట్టుకొని తీడింది అంతే. మా మాతక్క సెయ్యి మత్యం. ఎవురైనా సల్లబడాల్సిందే.

***

సూరుపు నెల్లో మెహిని గాలి

"**శ**నినారం ఒగనాడన్న ఇంట్లో బిడువు ఇదుసయ్య కౌసుకి అంటే ఈ పెద్ద మనుజుడు ఇనడు దేందో ఒగదాని పానం తీసి తినాల్సిందే" అని తిడతా ఉంది మా ఈరవ్వ నాగ తాతని.

మా నాగ తాత మంత్రగాడు, వైదిగుడు. గుడ్డోడు గువ్వనేసినట్లు నూటికో కోటికో ఒగరికి బాగైనా వాళ్లు నూరు మందికి చెప్తారు. ఈ రకంగా ఊర్లైనూరు పాకి, కాంద్రాని దూరాల నుండి కూడా ఈయప్ప దగ్గర వొళ్లు బాగ చేపిచ్చుకోను వస్తారు. ఈ సూరుపు నెల పుట్టిందంటే మంతరించుకునే వాళ్లు, అంతరాలు కట్టుకునే వాళ్లు, దిష్టి తీసుకునే వాళ్లు, కడియమేపిచ్చుకునే వాళ్లు యాడాడనుండో మా తాతను తారాడుకొని వస్తారు.

ఆ కాలంలో మా తాత ఏందో కొంగడ సదువు సదువుకొన్నాడు. పిడసరాయేగతం పిసిగేసిన తెల్ల కాగితం అంతరాల సంచిలో నుండి తీసి ఆ కాగితాన్ని వాక్కు వైనం లేకుండా చింపి ఎబుడిదో అరమూరపొడువున్న రాత పుల్లతో వచ్చిన కొంగడ గీతలతో ఇరవయి ఉరువులు రాసిస్తాడు. ఆ ఉరువుల పట్టి చూసి కొందరికి రోగం బలమైతే ఇంకొందరికి ఉన్ని రోగం పరిగెత్తుతుంది. ఈ అప్ప దగ్గర వైదిగానికి వొచ్చినోల్లను దుడ్డు ఇంత ఈయండి అని అడగడు కానీ కరాకండిగా నల్లకోన్ని మాత్రం అడగతాడు. కోసుకొని తింటాడు ఆ కోన్ని.

అట్లా ఆ యప్ప నిత్తిరోజూ కౌసుంటేనే సెయి కడగతాడు. మాయవ్వ ఆ కౌసు కూరలు చెయ్యలేక ఒగ నాడన్న దేవునికి ఇడిసెయి అని తిడతాది. ఇంగ ఈ సూరుపునెల పుట్టిందంటే మా నాగ తాతోల్ల ఇంటికాడికి జడి తిరగతారు జనాలు. సంక్రాంతి పండగ ఇరవైఐదు దినాలు ఉందనంగా మొదలవుతుంది సూరుపు నెల. మల్ల పండక్కు చిట్లాకుప్ప కాలతానే అయిపోతుంది. ఈ నెలలో అంతరాలు మంత్రాలు చేసుకుంటే అందరికీ రోగాలు బాగయితాయి అని నమ్మతారు. అందులోనూ ఈ పొద్దు ఆదివారం. అమావాస్య. సూరుపు నెల. పొద్దు పుట్నికాన్నుండి ఒకటే జనం.

తాత ఈ పొద్దు నన్ను కూడా అంతరాలకి, దారాలు సరి చేసే పనికి పెట్టుకున్నాడు. సరిగ్గా పొద్దు పొద్దు గుంకుతుంది. పద్దటి నుంచి వొచ్చినోల్లందరికీ చెప్పి, చేసి, మంత్రించి, అంతరాలు కట్టి అలసిపోయినా మందరము. ఆ యాలకాడ మా ఊరికి ఉత్తరంగా ఉండే సిలగట్ట నుండి ముప్పై ఏల్ల వయసుండే ఒకామె వాల్లమ్మతో వొచ్చింది. వాల్లను చూస్తే రోగాలు వొచ్చినోల్ల మాదిరి లేరు. బాగా కలకలమని పెండ్లికో సుట్టాలింటికో పోయినట్లుగా ఉన్నారు. నాగ తాత వాల్లను కుసన్న బెట్టి మంచి చెడ్డ అడిగే. వాల్లిద్దరూ తాతకేదో గుసగుసా అని మగంలో మగం పెట్టి చెప్పిరి. తాత “పొలిమింద తిరిగేటప్పుడు గాల్లో ఉంటాయి అది మామూలే అందరికీ అబుడబుడు ఆ మాదిరి కనపడతాయి” అని చెప్పి అంతరం కట్టి పంపించె.

వాల్లట్ల పోతానే నాగతాత మా యవ్వ నక్కుంట్రి. అది చూసి నేను అడిగితి “ఏమంట తాతా ఆ ఆయమ్మకు బాగాలెంది” అని. “ఆ యమ్మకు రెయ్యి నిద్దర్లో మోహిని తొక్కతుందంట అందుకే మంత్రించి పంపిస్తి” అనే. నేను “మోహిని అంటే ఏంది తతా” అంటే “అది మోహతాపం ఎక్కువ ఉండే వాల్లక్కట్ల అగపడతాదిలే పో” అనే. మా లచ్చుమవ్వ కూడా పక్కనే ఉండే. తాత లేసి అట్లా పోతానే నేను అవ్వనడిగితి.

అవ్వ చెప్పకొచ్చె “ఈ మోహిని అనేది కొంత మందిలో నిద్రపోయేటప్పుడు ఒల్లు మిందకొచ్చి తొక్కుతుంది. ఆడోల్ల కయితే వరసలేనోల్లతో అంటే నాయన గార్లతోనో, అన్నదమ్ములతోనో కలిసినట్టు కలలొస్తాయి. మగోల్లకయితే

అమ్మలయ్యే వరసలవారితోనే అక్కచెల్లెల్ల వరసల వారితోనో కలిసినట్టు కలలొస్తాయి. అందరి మద్యలో గుడ్డలిప్పేసి నడుచుకుంటూపోతున్నట్లు, ఎవరు చేయని పనులు మనం చేసినట్లు, ఆడ మగ అంగాలు కనిపిస్తే వాటిని చేతులతో పట్టి పెరికినట్లు బీవత్సమైన తప్పుడు కలలొస్తాయి. ఈ ఆవిటి గాలి కాలంలో చిత్రా గాలులు ఎక్కువ సుడి తిరగతాయి. అవి సోకినప్పుడు చాలామందికి మోహిని తొక్కుతుంది అంటారు. కొందరు పట్టించుకోరు. కొందరు బుద్ధి చిన్న బెట్టుకొని ఇపరీతంగా బయపడతారు అంతే. అదేమీ జబ్బు కాదులే మీ తాతట్లా వైదిగులు ఇసకలో ఉచ్చల్లు బోస్తే బురుగు వొస్తుందా అని అడిగి బురుగు వస్తుందంటే అది సెడ్డే అని ఉత్తరేణి పుల్ల చేతిలో పెట్టి దచ్చిని తీసుకొని పంపిస్తారు. ఊరికే వాళ్లకు ఆ గిలి పోగొట్టి పంపించినాడు. పతి మనిసిలోనా మోహిని ఉంటుందిలే" అనే.

ఆ మరుసనాడు అరవై ఏండ్లు పైపన్న ముసలోడు వొచ్చినాడు. జతన ఎవురూ లేరు. ఒక్కడే. మనిషి బాగా బింకంగా బలంగా ఉండాడు. తలకాయంతా మల్లి పూసినట్టు నరిసింది. మగం మాత్రనికి నున్నగా రసిమ్మింద ఉంది. ఆయప్ప తాతతో చెప్తా ఉండాడు "కాదయ్యా చెప్పుకోను నాకే సిగ్గుచేటుగా ఉంది. ఈ నడన నిద్దర్లో చిన్న బిడ్లయిన మనవరాల్లతో, కోడాన్లతో, కూతుర్లతో చేయకూడని పనులు చేసినట్లు అగపడతా ఉంది, అట్లే నిద్దరలోనే యవ్వనా పుష్టిపోతా ఉంది. నా మింద నాకే రోగింపు పుడతా ఉంది అని చెప్పకొచ్చే. నేను దూరంగా ఉన్నట్టే, ఇనీ ఇన్నట్లు సోలిగా ఇంటి.

ఆ మాటకు తాత "నువ్వేమీ సినబోవద్దు, ఇంగ మీదట నీకు ఇష్టమైన దేవుల్ల ను గవనానికి తెచ్చుకొని పనుకో. వొగరొగరి వొల్లు తత్వం అంతే, సింత సచ్చిన పులుపు సాయదు" అని తాతమంత్ర మేసి పంపించే.

ఈ సూరుపునెల్లో సలికి సింతమాండ్లల్లో ఉండే మోహినిలన్నీ మనుసుల మీదకు వొచ్చి తొక్కతుండాయి అని నక్కుంటా మంత్రాల సంచి కలపెట్టుకుంటా ఉన్నాడు తాత.

***

మొగమాసిన ముద్దులు

మా బజార్లో ఉండే పసిబిడ్లు ఏడిసినా నగినా దగ్గినా వాళ్ల గొంతు గుర్తుపట్టేస్తాం. వాల్లు పుట్టినబుడు నుండి ఇండ్ల పక్కన్నె మెదగతారు. వాళ్లను ఎత్తుకొని ఆడిచ్చి అంచుకు చేరదీయడం వలన మా ఇండ్లలో బిడ్డలమారే మాకు నిలువైనారు. నేను ఇంట్లో అన్నం చారు చేస్తా ఉండా. మా ఆడబిడ్డ సుశీల కూతురుకు మూడేండ్లు దాని గొంతు మాదిరే ఇనపడింది దానిది ముందే కప్పునోరు అ నోరు ఏసుకొని ఈదిలో గట్టిగా అల్లల్ల అని ఊరంతా పెరక్కచ్చే అంత అరుపరస్తా ఉంది.

ఐదారు ఏండ్లుగా మా ఊర్లో కుక్కల రావిడి ఎక్కువైయిపోయింది. ఊర కుక్కలకి కూడు చిక్కక ఉడ్లుడ్లగా తిరగతా ఉండాయి. ఒగొగ్గ ఉడ్డకి ఆరేడు కుక్కలు జమై మా ఊరు చుట్టుపక్కల ఉండే కోళ్ల పారాల చుట్టు గస్తీ గాస్తయి. ఈ కోళ్ల పారాల్లో సచ్చిన కోళ్లను బయట పారేస్తే వాట్ని పీక్కతిని కొసు రుసి మరిగినాయి. అవి దొరక్కపోతే ఇండ్ల కాడ మేపుకునే కోళ్లని ఎంటాడి చంపి తినేస్తా ఉండాయి. చిన్నఆవుదూల్లను, వొగొగటిగా ఎంట మేపుకునే గొర్రె పిల్లల్ని మేక పిల్లల్ని మనుసులు ఎవరూ లేంది చూసుకొని వాటి మిందకు కూడా జొరబడి వాటిని సంపి తినేస్తా ఉండాయి. ఇది గాక మా ఊర్లోకి బిచ్చగాల్లు, మంత్రగాల్లు, యాపారస్తులు ఇట్లా ఎవరన్నా శనిజాలక వొస్తే వాల్లపైకి ఎగరబారతాయి. అంతేల ఊర్లో వాళ్లే ఆ పక్క బజారోల్లు ఈ పక్క బజారుకు పోవాలంటే కుక్కలతో బయమే.

వీటి పైన మా ఊర్లో పెద్దపెద్దోల్లు మాట్లాడతా "వాటి తప్పేముంది. వాటి కడుపు కాల్తా ఉంటే ఎర్రి యాకోలంబట్టి ఏది దొరికితే దాన్ని తింటా పోతావుండాయి. రేపుటేల మనసల్ని పీక్క తిన్నా అసోద్దం ఏమీ ఉండదు. ఒగబుడు చిన్నచిన్న ఇండ్లు ఉండేవి. అన్నం కూర్లు మిగిల్నివి ఇంటి ముందర కుక్కలకి ఏసేవాల్లు. ఇప్పుడట్ల కాదు. ఇబ్బుడు సినిమాలు కోటి మందిలో పదిమంది మాత్రమే కట్టుకొని అనుబవించే ఇండ్లను కోటి మందికి సూపించి మనతోపాటు చివరిదాకా వచ్చేది ఇల్లే అన్న భ్రమలో నిలిపినాయి. దాంతో ఆకాశానికి నిచ్చినేసి అప్పులు సప్పులు చేసి పెద్ద పెద్ద ఇండ్లు కట్టుకొని ఆ ఇండ్లల్లో కడుపారా తిండి లేక కంటారా నిద్దర లేక రోగాలు రొచ్చులతో సతమతమైపోతా ఉండారు

దానికి తోడు ఆ ఇంటి మింద కాకి ఈ ఇంటి మింద వాలకూడదు అనే బుద్ధులు, పారిగోల్లు కట్టి వాటికి గేట్లు పెట్టి. దాంట్లో నికాసుగా పుట్టిన మన జాతి కుక్కలు కాకుండా కల్తీ పెంపుడు కుక్కల్ని కష్టపడి సాకతా ఉండారు. ఈ ఊర కుక్కల్ని గాని, పిల్లుల్ని గాని ఇండ్లల్లోకి రానీయడం లేదు. అదీ గాక ఆ కాలాన అన్నీ నాటావులే. వాటికి కుడితి అలవాటు ఉండేది కాదు. ఎంతసేపు బయట మేత బయట నీళ్లతోనే అవి బతికేవి. ఇంగ ఇండ్లలో మిగిలే గంజినీళ్లు సద్దన్నము కూరలు అవన్నీ బయట ఊర కుక్కలకి పోస్తే అవి తిని తాగి ఉండేవి. ఇబుడు అన్ని జెర్సీ ఆవులు, వాటికి ఆకిలి ఎక్కు, కడుపులు పెద్దవి, ఏమి పోసినా తినేసి తాగేస్తాయి. మన ఇంట్లో మిగిలేదే కాక పొరుగింటి నుండి కూడా కుడితి తెచ్చిపోస్తాము. మనం బయట పారేసె తిండిని చీమలు, కుక్కలు, కోళ్లు,పిల్లులు, పురుగులు,ఎన్నో తిని బతికేవి. ఇబుడు వాటికి తిండి దొరక్క ఎన్నో జీవాలు ఆకలి తీరక మొన్ను పెరక్క తినే కాలం నడస్తా వుంది.

మా లచ్చుమవ్వ ఎబుడూ అనేది "మూగజీవాలు ఆకలితో అలమట్టిస్తా ఉంటే మనం మూడు పూట్ల తిన్నా మన వొల్లుకు మంచిది కాదు. అన్ని జీవాలతో పాటు మనమూ పుట్నాము. మనింటికి కాపలా ఉండే మనిషి కానీ, కుక్క కానీ బలంగా గట్టిగా తెలివిడి గా ఉండాలనుకుంటాము. దేవుడు కూడా అదే యోచించి జీవాలకు కాపలాగా మనిసిని సుట్టిచ్చినాడు అంటారు పెద్దలు. మనం

వాటి కాపలా మాట గాలికొదిలేసినాము. మనమేమి చేసినా అవి తిరిగి మనల్ని నిలదీవులే అన్న ధైర్నంతో సుట్టికి పతిసుట్టి సేద్దామని పరిగెత్తతా వాటి పానాలకు ఇలువీలే. మనం బలంగా అనుకునేది తీరేదానికి ఆ పంచబూతాలు సాయపడినట్లే ముక్కోటి జీవాలకు కూడా సాయపడతాయి. మన పగోల్లని మనం నాశనం అయిపోనాని అనుకున్నట్లే వాటికి పగోల్లు మనమే ఇబుడు. అవి కూడా దేవుడ్లకు మన మాదిరే మొరపెట్టుకుంటాయి" అనేది.

సుశీలకూతురు గొంతు, దాని ఏడుపు ఇంటనే కుక్కలేమన్నా దాని పైకి జొరబన్నాయేమో అనే బయంతో పరిగెత్తుకుంటా ఈదిలోకి పోతి. నాతో పాటు చుట్టుపక్కల నాలుగిండ్లోళ్లు వొచ్చిరి. ఆయాలకే సుశీల దాని బిడ్డను జవిరి సంకలో ఏసుకొని "ఏమి శాంతక్క నీకు దూము. పసిబిడ్డు ఈ పాటిగా ఏడిపిచ్చినావు. దాని చంప మింద పొండ్లు బడేటిగా కొరికినావు. ఇదేమి రోగం నీకు, పసిబిడ్లు నిన్ను చూసి బయిపడి పరిగెత్తతా ఉండారు. ఇదేం పిచ్చి. నా బిడ్డను ఎత్తుకోవద్దు" అనే మగమంత ముడేసుకోని చిట్లించుకుంటా.

ఆడికొచ్చినోళ్ళంతా శాంతక్కను తలకు ఒగ మాట అని తిట్టిరి. మా ఊర్లో మూడు నెలల చిన్నబిడ్లు నుండి మూడేళ్ల బిడ్ల వరకు మా శాంతక్క అంటే గుడ్డల్లోనే ఉచ్చలు పోసుకుంటారు. ఇంగ బిడ్డ తల్లులకు అయితే శాంతక్క కొరకలేని కొయ్యి. ఎందుకంటే ఆ యమ్మకు చిన్నబిడ్డలను చూస్తే వాల్లను ఎత్తుకొని మూతిలో మూతి పెట్టి ఊపిరాడకుండా గట్టిగా అదంపట్టుకొని ముద్దులు పెడుతుంది. వాల్ల చెంపలు పిండి ఆ చంపలను గట్టిగా కొరుకుతుంది. ఆ పిల్లోళ్లు యాడస్తా ఉన్నా కూడా ఇడిసిపెడదు. అట్లే బలవంతంగా మగమంత ముద్దులు పెట్టేస్తుంది. ఏ బిడ్డన్నా మా శాంతక్క కంట్లో పడితే బలవంతంగా జవురు కొని ముద్దులతో ఏడిపించేస్తుంది. కొంతమంది తల్లిదండ్రులు నా బిడ్డను ఏడిపించద్దు అని బతిమాలు కొంటారు. కొంతమంది తిడతారు. ఎంత తిట్టినా కోపించుకోదు. నగతానే ఉంటుంది.

సుశీల దాని బిడ్డను సమదాయించుకుంటా ఇంట్లోకి పాయ. మిగిలిన ఆడోళ్ళు కూడా ఇది ఇంతేలే అని శాంతక్కను తిడతా ఎవరి పన్లకు వాల్లు పోయిరి. మా ఊరు చుట్టుపక్కల కనకంబరాలు, కాగడాలు, సన్న మొగ్గలు, లిల్లీ

పూలు, పూలతోటలు ఎక్కువ. పొద్దున్నే ఏడు నుండి పదకొండు వరకు పూలకోతలు కోస్తారు. మా ఊరి కృష్ణారెడ్డికి సన్నమొగ్గల తోట ఉంది. సన్న మొగ్గలు కోసే దానికి శాంతక్క, అరునక్క, సుబద్ర చిన్నమ్మ, రాములవ్వ, వరాలు పెద్దమ్మ, బూలచ్చిమి ఇంత మంది జమై తోటలోకి పోయి పూలు కోస్తా ఉండాము. ఆ తోట గల్ల కృష్ణారెడ్డి పెండ్లము రెండేల్ల బిడ్డను సంకలో ఏసుకొనొచ్చే. ఆ బిడ్డను చూసి శాంతక్క పూలు కోసేది కూడా ఇడిసి బిడ్డను ముద్దాడను పాయ. ఈ యమ్మ వాలకం చూసి ఆ బిడ్డ అంటుకోకనే ఏడిసే. ఆడునోళ్లంతా "శాంతా గమ్మునుండు ఆ బిడ్ను ఏడిపించద్దు" అని తిట్టేసరికి వొచ్చేసా.

అరునక్క వుండుకొని "కాదే శాంతక్క ఊర్లో ఇంతమంది ఆడోల్లు, మొగోల్లు ఉండారు పసిబిడ్డలను చూస్తే ఎవరికైనా ముద్దాడాలనిపిస్తుంది. బిడ్లను ఆప్యాయంగా, పేమగా ఎత్తుకొని బుజ్జగిస్తా బిడ్లను నవ్విస్తా ముద్దాడతారు. నీమాద్రి ఎవరన్నా ముద్దాడతారా. బిడ్లను పీల్చి పిప్పి చేస్తావు నీకు అదేమి ఆనందమే తల్లీ నీకు ముగ్గురు బిడ్లు పుట్టారు నీ బిడ్డలను కూడా అట్లేనే ముద్దాడితివా" అనే.

ఆ మాటకు శాంతక్క "ఎవరి బిడ్లైన అట్లే నేను ముద్దుకునేది" అనే! "నీ మొగునికి నిన్ను ఇడకుండా ముద్దాడమని చెప్తాము. నువ్వు పసి బిడ్లను ఏడిపించద్దు" అనే అరుణక్క నగతా, ఆ మాటకు శాంతక్కుండుకొని "ఈడంతా ఆడోళ్ళమే ఉండేది అందుకని చెప్తా ఉండ. మల్ల యాడ అనొద్దండి సుమారు ముప్పై ఏండ్ల నుండి నా మనసులో కుమిలే బాద, నాకు ముగ్గురు బిడ్లు పుట్టినప్పుడు నుండి నా మొగుడు ఒక బిడ్డనైనా ఎత్తుకొని ఒగ ముద్దు పెట్టంగా ఈ పాపిస్టి కనులతో నేను ఎరగను. వాల్లను వొళ్లో పండేసుకోని నిద్దరూపంగా నేను సూల్ల. వాల్లకు కావలసినవన్నీ తెచ్చి ఇచ్చేదే. బాగానే చూసుకునేది. బిడ్లు అంటే బెమే, కానీ వాల్లను ముద్దాడంగా చూల్లేదు. ఇప్పుడంటే ఇడిసేయి వయసులో ఉన్నబుడు కూడా నన్ను ముద్దాడినట్లు నాకు గుర్తులేదు. మల్ల పక్కలోకి పెండ్లాము ఉండల్ల. ఆ పనపుడు కూడా చేతల మీద చేసి లేచేస్తాడు. నాకు రోగమో రొచ్చో వొచ్చినప్పుడు నేను ముట్టయిన ఆ మూడు దినాలు కూడా

ఓర్వ లేదు. చేత్తో రాపాడుకుంటాడు. అంత జిలబట్న మగోడు. నాకు ఇప్పటికీ ఒకటే బాద బిడ్డలను ముద్దాడ లేదే అని" అనే శాంతక్క. ఆ మాటకు అరుణక్క వుండుకొని "ఇబుడు ఆడే సినిమాలు చూపించకూడదా అవి చూసన్నా అర్థమవునేమో" అనే. "అట్లాటి మురీదుకు ఏమి చూపినా వాళ్ల మనసు మారదు. ఆయప్పకు బిడ్లను, పెండ్లాన్ని ముద్దుకుంటే చిన్నతనంగా అనిపిస్తుందేమో అయ్యప్ప మనసులో ఏముందో" అనే శాంతక్క.

రాములవ్వ వయసు అరవై ఏండ్లు పై మాటే. మనిషి గట్టిది. పని పాట వయసు వాళ్ల కంటే బాగ చేసుకుంటుంది. ఆ యవ్వ మాట్లాడతా "అట్లా మురీదు నా బట్టలు నూటికి కోటికి ఒకరిద్దరుంటారు. కన్నబిడ్లను, కట్టుకున్నదాన్ని ముద్దాడితే చిన్నతనం అనుకునే ఆడదిగాని మొగోడుగాని మనిసి జల్మమెత్తినా ముద్దురుసి ఎరక్కుండా సచ్చిపోతారంటే అది వాళ్ల కర్మములే. ఇబుటికి మీ తాతకు నాలుగు రాజ్యాలు ఒకటిగా ఉంటే నా చంప మీద ముద్దు పెడతాడు. నేను కూడా చెంపలు పెరికి కుశాలగా నవ్వుకుంటాము.

పెద్దలు కతలుగా చెప్పేవాళ్లు. ముద్దు కనిపెట్టిందే ఆడ జీవాలు అవి తొలిత ముద్దాడింది బిడ్డను! మా తాతల ముత్తాతల కాలంలో మనకు బాగా కాగలిగినోల్లు ఇంటికి కొచ్చినారంటే వాల్లను పలకరించల్లంటే ఆడోల్లుకానీ, మగోల్లుకానీ దబ్బుకొని బుజం తట్టేవాల్లంట. ఒల్లును ఒల్లు తాకిస్తే ఆ మనిషిలోని తత్వం ఎబుడు మన తలకాయలో నిలిసి పోయేదంట. మాయమోల్లమ్మ ఆయమ్మ సచ్చేదాకా కూడా ఎవరన్నా చుట్టాలు ఇంటికి వస్తే చెయ్యి పట్టుకొని పలకరించేది. దీని మింద ఒక ఇప్పుడకత ఏసేది "వండని పదార్థం, తినని నోరు, నిండని కడుపు, దాని రుతులు ఎరిగిన మనిసి" ఏమిటది అనిఅడిగితే 'ముద్దు' అని ఇప్పురించేవాళ్ళు" అనే.

రాములవ్వ మాటలకు బూలచ్చిమి వుండుకొని "శాంతక్క మొగున్ని తిడతా ఉన్నాము కానీ నా మాటకొస్తే నాకు కూడా పెండ్లై దగ్గర దగ్గర ముప్పై ఏండ్లు కావొస్తోంది. నా మొగుడు తాగుబోతోడైంది మీ అందరికీ తెలుసు కదా అంత తాగుబోతోడైనా వారానికి వొగనాడు నంజర తెస్తాడు. ఆ నంజర కూర చేసినబుడు. సంగటి సారు చేసి గిన్నెలో పెడితే నేను పొత్తన కుసోని తినంది

వొప్పడు. ఎంత పస్లో ఉన్నా ఒగే గిన్నెలో ఒగతుంపైనా తింటేనే ఆయప్ప మనసు కుదిరేది. వోర్వ లేనోల్లు అనుకుంటారు ఇంత వొయిసొచ్చినా ఇంగా పొత్తన తినాలనా ఏమి, అమర పేమికులు అని ఎగరపడతారు. నా మొగుడు అవన్నీ సొవులో ఎసుకోడు. నేనే లోకులకు ఎరుసుకొని నా మొగుడిపైన సిటుమరు క్కుంటా. నా మొగుడు నేను ఎబుడన్నా వొంటిగా వున్నబుడు ఒక ముద్దు పెట్టే అంటే కూడా నాకు మనసులో పెట్టాలని ఉన్నా కూడా దైర్నం చేసి పెట్టలేను. వయసులో ఉన్నపుడు ముద్దుకోను ఇద్దరికీ తెగింపు ఉంటుంది. ముసిలైనబుడు కూడా ఉంటుంది. ఈ నడొయసులో సంసార మనే నడిసంద్రం లో తగులుకోని ఎబుడెబుడు గడ్న పడదామా అని ఈదనే సరిపోతాది" అనే బూలచిమి.

ఆ మాటకు వరాల చిన్నమ్మ ఉందు కొని "నాకు తెలిసినంతవరకు ఎన్ని సినిమాలు చూసినా ఎంత చెప్పుకున్నా నడివయసులో ఉండే ఆడదానికి మొగోడుకి అర్దానికి అర్థం మంది పెద్దగా ముద్దులు పెట్టుకోనోల్లే వుంటారు. వాల్ల అచ్చట ముచ్చటంత మనవల్లు మనవరాల్లను ముద్దాడి తీర్సుకుంటారు. నేను నా మొగుడు కూడా అంతే" అనే! ఆ మాటకు రామవ్వ" మనము పుట్నబటి నుండి సచ్చేదంకా పైసా కర్సు లేకుండా, వొల్లు ఇరసకొండ బతుకులు మింద ఆశ పుట్టించేది ఈ ముద్దులే. దేవునికి తెలీక కాదు రవ్వంత బూమిచ్చి అంతులేనంత సూన్యాన్ని ఇచ్చిండేది. మీ బతుకులు బూమంత మీ ఆశలు శూన్యమంత అని చూపించడానికి దేవుడు మనిషికి అన్నీ ఇచ్చి యాప కాయంత ఎర్రి ఇచ్చినాడు. ఇబుడు మనం బతికే బతుకు కూడా ఎర్రి బతుకే" అనే రాములవ్వ. అందురూ అది నిజమే అని ఒకసారిగా ఉసూరుమనుకొని పనిలోపడిరి. పూలను పీకతా వాటి వాసన పలవరిస్తావుంటే మనసు కుదుటపడి బతుకుల్లో ఎనక ముందు జరిగింది గవనగిచ్చుకొని ఈ ముద్దుల కత ఏందో చూద్దామని ఇండ్ల కొస్తిమి. వొచ్చినా కూడా సెరామాములే. తలుపులు తెరిసినోల్లకు గాలొస్తుంది మూసినోల్లకు ఉడుకు పెడుతుంది. ఇదే బతుకు.

***

ఆడదాని అందం అరచేతుల్లో

ఈ వారి నాట్లు కాలం వొచ్చిందంటే మా ఊరి పెదగంగు చుట్టుపక్కల షాడకేసి దున్నిన్న మల్లన్నిటినీ నాట్లేయను ఒప్పందం కట్టుకొనొస్తుంది. ఈ నాట్లేసే కాలాన ఆడోల్లకు గుద్ద తుడుసుకోను కూడా బిడువు సిక్కదు. పెద్దోల్లు ఎవరు సెప్పినారో ఏమో గాని కూలి కుండకు రాదు రంకు పొందుకు రాదు అన్నట్లు ఈ కూలాట్లు ఎన్నాడినా కడుపుకు కట్టుకోనే ఆయ. ఈ పొద్దుగూడా ఎంగట్రెడ్డి వాల్ల మడి నాటేదానికి ఏడు మంది ఆడోల్లం ఏడు గంటలకే ఎలబారి పొయినాము. మా కాడికి ముందే కోడి కూస్తానే మొగోల్లు పోయి మడకదున్ని, గెనాలకు అండా మూలా చెక్కి, బురదతో గెనాలు పూసి, మడిమాను తోలి సదరం చేసి పగిరి కయ్యి మింద ఏస్తా ఉండారు. ఆడోళ్ళంతా నాట్లెయ్యను గెనాలమింద సోలుపుగా నిలబన్నాము. యాడస్తా రైకి ముల్లు ఇప్పే మొగోల్లు వొగరిద్దరు. పైకి ఏమీ తెలియనట్లు నటిస్తా ఆడోల్ల వొళ్ళు చూసేదానికి ఆ మడి గెనాల్లింటి తాబేలు నడక నడస్తా కింది సూపులు సూస్తా అటు ఇటు తిరుగుతున్నారు.

బురదలోకి దిగి నాట్లేయ్యాలంటే ఆడోళ్ళు తొలిత పైట సెరుగు నడుములో సెక్కోని. చీరకటుజెరుగు కుంచెల్లు అన్నీ మళ్ళీ నడుములో చెక్కోని, ఆనాక లంగా ఒక పక్క మోరు ఎత్తి నడుములో బలంగా చెక్కితే బురదంటకుండా నాట్లేయచ్చు. లేదంటే సీర ఊసిపోయి పనికడ్డంబడి బురదలో పడతాయి. మేమందరం సీరలు సెక్కొనే పని మింద ఉన్నాము. పనిజేసే కొందురు మొగోల్లు దిగ సూపులతో మా కాల్లు, తొల్లకల్ల చూస్తా మూతిలో నక్కుంటా ఉండారు. ఆడుండే ఆడోళ్లలో సగం మంది సావు నలుపుతో ఉంటే, మిగిలిన సగం మంది పుల్ల రంగుతో ఉండాము.

మాకు బుద్దొచ్చి మా వొల్లుకి మేము బట్ట తొడుకున్నప్పుటి నుండి, బట్ట కరుసుకో నుండే తావులు తప్ప మిగతా మగము, మెడ, చేతులు, కాళ్లు అంతా రంగు మారుతుంది. బురదలో నాట్లేసి, పొలాల్లో కోతలు కోసి, ఆవులు మేపి, గడ్డి కోసి, ఎండకు గాలికి మా వొళ్ళు కాగి, ఎండి పొగసూరినట్లు మావొంటి రంగు మారిపోయుంటుంది.

మేము బతికినంత కాలం మా తల్లి కడుపున ఒక రంగుతో పుడితే, ఆ పంచబూతాలతో పాటు పరుగెత్తే మా బతుకు కూడా మాకు ఒక రంగిస్తుంది. ఈ రెండు రంగులతో బతకతాము.

మాయమ్మ కడుపులో పుట్టిన మా రంగు మేము చూసుకోవాలంటే రొమ్ముల కాడ, నడుము కిందికి, మోకాళ్ళ పైకి చూస్తే తెలుస్తుంది అసలు రంగు. అట్లే మగాళ్ల అసలు వొంటి రంగు వాళ్లు ఏసుకునే బనీన్లు, చరాయి కింద కనపడుతుంది.

మా గంగతాత రచ్చ మింద కూసోని ఎప్పుడూ పాత సినిమాపాటలు బలే పాడేది.

“కారులో షికారుకెళ్లే పాల బుగ్గల పసిడీదాన నీ బుగ్గమీద గులాబీరంగు ఎలా వచ్చెనో తెలుపగలవా నిన్ను మించిన కన్నెలు ఎందరో మండుటెండలో మాడిపోతే వాళ్లబుగ్గల నిగ్గు నీకు వచ్చి చేరెను తెలుసుకో” అనే పాట గుర్తొచ్చే.

నాట్లేసేటప్పుడు, ఈతలు కొట్టేటప్పుడు, నీళ్లు పోసుకునేటప్పుడు వొంటిని

తేరిపారి చూసుకుంటే మా అసలు రంగు కనిపిస్తుంది. అందుకే కొందరు మగ నాకొడుకులు నాట్లేసేటప్పుడు ఎవురి అసలు రంగు ఎట్లుంది అని దొంగ చూపులు చూసేదానికి ఆరాటపడతారు. మగోల్లే కాదు ఆడోళ్ళు కూడా ఎవరు తోలురంగు ఎట్లుంది అని ఒకరొకరు చూసుకొని కొందురు మురిస్తారు. కొందరు కుల్లతారు. ఆ కుల్లే దాంట్లో మా సరోజి ఒకటి. అది సావునలుపు. నల్ల రేగడి చెరుకుతో చేసిన బెల్లం రంగులో ఉంటాయి దాని లోతొల్లు. చామన చాయ రంగులో ఉండేవాల్ల లోతొల్లను చూసి మూతి తిప్పుతుంది. ఆడోళ్ళు కూడా మొగోళ్లను వొడ్డికి పెట్టరు. మగోళ్ళు మడికయిలో బనీను, చరాయితో అండ చెక్కతా, పగిరి మోస్తా, మడక దున్నతా ఉంటే మా మంగట్ల ఆడోళ్ళు వొగ సూపు చూస్తారు. వాని జంపు జాగిలిచూడు. వాని రొమ్ము కట్టు గుబులెద్దు గోపరమే గతముండాయి, వాని పిక్క కండలు దేవరెద్దు మలుగేగతం ఉండాయి. వాని కడుపు చాకిరేవు బండే కతం ఉండాది. వాని రెట్ట కండ్లు పిడస రాయేకతం ఉండాయి అని కొందరిని మెచ్చుకుంటే, కొందరిని ఎక్కిరిస్తారు. యమకలోడు, నల్లేరుదబ్బ. బాన కడుపు, పేగుల్లేనోడు, నరములేనోడు, నచ్చురోగమోడు, ఉత్తతీతవోడు అంటా.

అందరం నాట్లేస్తా ఉన్నాము. మా సీతాల చిన్నమ్మ చామన సాయి మనిషి. కాకపోతే చానా కురసగా ఉంటుంది. ఊరికే ఉంటే ఊరా పేరా రాయే గుద్ద రచ్చకు పోదాం అనేరకం మా నరసక్క. సీతక్క కురసకాళ్ళ కల్ల చూసి “ఈయమ్మకు అన్నీ ఆడనాడనే పుట్టుకున్నాయి” అనే. ఆ మాటకు సీతక్క “నేను మాయమ్మ సాలు పన్నా, మాయమ్మ కూడా కురస మనిషి, మేము మనుసులు కురసైనా మా వొల్లు శాగపారినట్లు గెట్టొళ్లు. నీ మాదిరి బొంతపాసి గతం జబురొల్లు ఏసుకోనుండానా అని వాదించె! వాలిద్దరి సందులోకి కమల దూరి మన లచ్చిందేవి కాళ్లు సేతులు అరటి మాన్లే గతం కింద నుండి పైదంక ఒకటే సైజులో ఉండాయి అనే. ఆ మాటకు లచ్చిందేవికి కోపమొచ్చి మేమంతా ఆస్తి మనుసులం, నీమాద్రి ఎమకలు మెడకేసుకొని నల్లేరుదబ్బే గతం తొట్టి కడుపు, ఎత్తు పిర్రల్లు నాకు లేవులే అనే. వాళ్ళిద్దరూ వాదించుకుంటా ఉంటే మేమంతా కూడా తలా ఒక మాట చెప్పుకుంటా నాట్లేస్తా ఉన్నాము. ఎద్దులు ఏంటిటి పోనీ

బండి బాటింటి పోనీ అనే లెక్కలో ఎవరిమాట పట్టించుకోకుండా మా తొలిసక్క నాట్లేసుకుంటావుంది. మంగికి చానా తులవనోరు, ఏసిన రాయికల్లా పరిగెత్తే రకం.ఎవరినైనా గాని చానా కేవలంగా మాట్లాడుతుంది. ఆవునోరిది అని మా ఊర్లో పేరే పెట్టేసినారు. మేమంతా వొళ్ళురంగు, కాలు చెయ్యి గురించి మాట్లాడుతుంటే, మంగి పుసుకున్న మానం కాడికి పాయ. తులసి పేరెత్తి తులసికి అన్ని బాగనే పుట్టుకున్నాయి. అసల్ది చూస్తేనే బయపడి చస్తారు అనే. ఆ మాటకు గెంగమ్మ "కాదే నువ్వుయాడ అంత బిడువుసెడి సూసినావు" అనే. "తులసి పెద్ద కొడుకును కనేటప్పుడు కానుపు చేసే దానికి పోయింటిమి అబ్బుడు చూసిన, దాని గొల్లి చిన్నది. ఇత్తులు పెద్దవి మనూర్లో ఇద్దరికీ ఆ మాద్రి ఉండేది చూసినా" అని పకపక నవ్వే. ఆ మాటకు తులసికి మగం సిన్నదైపాయ, కండ్ల నిండా నీళ్లు పెట్టుకుండే, అందరం మంగిని "సద్దె సాలుగిని నువ్వు, నీ మాట్లకు అది బాధపడతా ఉంది. పదిమందిలో దానిమానం తీస్తావా" అని తిట్టిరి.

గంగులమ్మ ఉండుకొని "ఒసే మంగీ, నువ్వు ఇంగ ఎవురి కాన్పులకు పావద్దు. ఆడది కడుపులో బిడ్డను బయట ఏసే దానికి సచ్చి బతకతా ఉంటే నువ్వు వాళ్ళ మానం ఎట్ల పుట్టుకునింది. అది చిన్నదా పెద్దదా, ఎడుమా, సన్నమా, దాని గొల్లి ఎట్లుంది, దాని ఇత్తులు ఎట్లుంటాయి దాని బొక్క ఎంతుంది. అని చూసేదానికి పోతావా, చూసిందే కాక పదిమందిలో చెప్పి నగతా మానాలు తీస్తావా, నువ్వు సక్కరమైన ఆడదానివేనా? అదేమన్నా దాని వొళ్ళను అది చేసుకొని పుట్టిందా? దేవుడు యా ఇత్తనం ఏస్తే ఆ చెట్టు మొలుస్తుంది. ఇట్లా పుడితేనే బాగా పుట్టినట్లు అని దేవుడు సెప్పినాడా? బూమిలో పడిన ఇత్తనం ఆ బూమి రంగు, సత్తవ, గాలి, నీళ్లు, ఎండ ఈటన్నిటిని కలుపుకొని బయటొస్తుంది. దానికి పుట్ని బిడ్డలను చూసినావా గుణములో గాని, పుట్టుబడిలో గాని వొజ్జరం మాదిరి ఉండారు. వొల్లును కొలిస్తే ఏమొస్తుంది. కుల్లి కరిగిపోతుంది. బుద్దిని కొలిస్తే మిగిలిపోతుంది. నీ మానం అంత బాగా పుట్టింటే నీ దాంట్లో ఎల్లొచ్చిన నీ బిడ్లు గిత్తగా, నల్లగా, తప్పిడి ముక్కులు, గుంతకండ్లు, జిబ్బిటి మగాలేసుకుని, పొలుసు బుద్దితో పుట్టినారే. నీ మానం మంచిదైతే అన్ని వటక్కాయలతో దెబ్బలు ఎందుకు తింటుంది?" అని చెడమడ కడిగిపారేశా మంగిని. ఆ మాటలతో

ఆడున్నోళ్లంతా తలాకు వొగ పోటు పొడిసిరి. దాంతో మంగి కుక్కిన పేనేగతం గొమ్మునుండిపాయ.

"సుమ సుమారుగా మీరంతా కూడా చూసే ఉంటారు మనూరు ఈరవ్వను. ఆయమ్మను ఎరగనోళ్ళు ఆయమ్మ పుట్టు చూసి అసిసా ఏంది ఈ యమ్మ ఇట్లుంది" అన్నోల్లే. ఆయమ్మ మొగుడు చెయెత్తు మనిషి, చక్కని మగం, ఆలుమెగిన్ని జతగా చూసినోళ్లు ఈనికి ఏమన్నా కండ్లు కాకులు దెంగినాయా ఇట్లా ఆడదాన్ని ఎట్లా చేసుకున్నాడు అనేది. కానీ ఆయప్ప బతికినంత కాలం పసిబిడ్డ మాదిరి ఆయమ్మ కొంగిడిసినోడు కాదు. ఐదు మంది బిడ్లు నూరేండ్ల బతుకు. ఒక నాటికి పట్టింపుగా వాళ్ళిద్దరూ గీసులాడుకునింది మేము ఎరగము, ఈరవ్వ కడుపులో ఆలపం లేని మనిసి. పోరు పెట్టుకొని ఏడిసే బిడ్డను ఆయమ్మ సేతికిస్తే ఏడుపు నిలిపేది. ఎవరన్నా సగిని తెరింగ పయనమై పోతుంటే "ఈరమ్మా నీ చెయ్యి చాంచు మాకు పోయిన పని బాగా అవుతుంది" అనేవాళ్లు. "కొమ్ములు తిరిగి పొడిచే ఎద్దయినా ఆయమ్మ చేత్తో నేమిరితే గమ్మునుండేది. ఆకలికి ఆయమ్మ గొజ్జు పిసికేసినా రుతులు పారేది. నోటి మాటతో కడుపు నిండేది. ఈరవ్వ చేతి మత్యంఅట్లాడిది. ఆ యమ్మ గుణము చేతుల్లో కనపడేది" అని చెప్పుకొచ్చే గంగులమ్మ మల్లీ.

నాకు ఇప్పటికీ గెవనానికి ఉంది. మా యమ్మోల్లమ్మ తిప్పమ్మ అనేది "దేవుడు మనిషికి ఏది ఇచ్చినా ఇవ్వకపోయినా తిన్ను నోరు, యారగను గుద్ద ఇస్తే చాలు. మనిసి ఆకారంలో ఏది గొప్ప అనినువు సెప్పకు, పుట్టు ఏమీ కడుక్కోని తాగరు. మనిషి బుద్ధికి వొప్పితమైతే పీతిలో తిరిగే పులుగును కూడా తింటాడు. మగోని అందం వాని మొగంలో, ఆడదాని అందం దాని అరిజేతుల్లో ఉంటుందంట. ఆడమగ వొళ్ళకు కొలమానాలు దేవుడు పెట్టిండ్ల. అవన్నీ మనం ఏరి పక్కనేసుకున్నవే, ఆడదాని అందం అరిజేతిలో ఉందని సబ్బండి జీవ రాశులకి తెలుసు మనిషికి తప్ప. ఆడోల్లు చేరదీస్తే మూగజీవాలు ముందుగా ఆడదాని చేతులు మూగు చూస్తాయి, మొగోడు అయితే మొగోని మగం మూగు చూస్తాయంట. కుక్క, పిల్లి, ఆవు, గొర్రె, మేక ఈటిని చేతులతో తీడితే అవి పసిగడతాయి ఎలాంటి ఆడవాళ్ళ చేతులో అని. ఆ చేతుల సుటికారమే

తిరగతాయి సచ్చేదంకా.

తులసిని కూడా "ఊరుకో కోటి చుక్కల్లో చందమామ ఎందుకు కనపడతాడు. అట్లా మనకు ఏది ఉన్న అది గొప్పే, అది నోటి పెడసారమ్మది, ఏందో అనింది అవన్నీ ఇడిసేయి" అంద్రి. ఆ మాటలతో తులసి మగంలో రశిమి కనపడే!

ఇట్లాంటబుడే ఆట మద్యలో బఫూనొచ్చినట్టు మా పద్మ ఉండుకొని ఇవన్నీ కూటికి గుడ్డకు రాని అరువులు. నేనొక కత చెప్తా ఇనండి అని కత మొదలు పెట్టే.

అనగనగా వొగూర్లో ఒక ఆలుమొగుడు, వాళ్లకు పెండ్లీడు కొచ్చిన ఒగ కూతురు ఉందంట. వాళ్లు ఊరు ముందర పత్తి చేనేసుకొని ఆ పత్తి పెరికే దానికి పదిమంది కూలోళ్లను పిలుసుకొని పోయినారంట. కూలోల్లు ఆ పొద్దంతా పత్తిపెరికి రాసిబోసినారు, సంచులకు ఎత్తదాము అనే సరికే వాన గాలి ఎత్తుకున్నంట. అయ్యో పత్తి నాని పాయనే అని వాళ్ళమ్మ నాయన బాదపడతా ఉంటే ఈ కూతురయింది ఉండి ఆ లోడు పత్తి అంతా జవురు కొని పావడా కింద పెట్టుకునిందంట. అది చూసి వాళ్ల నాయన బయపడతా ఈ యమ్మకు దగ్గ పెండ్లికొడుకు యాడుండాడో అని తారాడుతా పోతా ఉంటే ఒగూరిలో వొగాయప్ప సామాను ఏడు బండ్లుకై ఇంకా ఏలాడుతా వస్తా ఉందంట. ఈడైతే సరిపోతాడని వాలిద్దరికీ పెండ్లి చేసినారు. అట్లా గంతకు తగ్గ బొంతలు ఉంటాయి అనె. అందరూ పద్మ కత ఇని కడుపారా నగిరి!

మడి ఎంతకు ఒప్పందం చేస్తామొ ఆ పని ఆపొద్దు అవగొట్టుకొని ఇంటికి పోవాల, ఈ పొద్దు మా అరువులతో పని కొంచెం నిదానమయ్యె.

నాట్లు అయ్యేసరికి అన్నే కనుమెబ్బు అయిపోయా. వొళ్ళుకు అంటిన బురదంత కడుక్కొని బుద్దిని ఎలిగించుకొని ఆ ఎలుతురలో ఇండ్లకు పోతిమి!

***

అలుపు నిదర

"మే పద్మా, తెల్లారేసరికి మరిపిరెడ్డోల్ల చనిక్కాయలు ఇడిపించను పోవాల. రేపు పొద్దు పుట్టకనే మన ఊరు పిల్లోలు, ముసిల్లోలు అందరూ ఆన్నే ఉంటారు. ఎందుకంటే కుసోని చేయి కదిలించే పని కాబట్టి వాల్లేసిన సెనిగివామి మద్దేనాలకి ముగిసిపోతుంది. ఆనాకపోయినా చెనిగి పొట్టే సిక్కేది. బొగ్గు దవన్న ఏసుకొని వొట్టి చేతులతో రావాల్సిందే. రేపు కోడి కూస్తానే లేసి అంతన్నం, ఊరిబిండి నూరుకోని ఎలబారు" అని మా సావిత్రి చిన్నమ్మ నాకు చెప్పేసి పాయ.

ఈ పదో నెల ఈ కారున తడి, పొడి వానలు పడతా ఉంటాయి. మల్లు పట్టకర్రతో ఉంటాయి. ఈ నెల అంతా చెనిగి కాయలు ఇడిపించే పనే మాకు. రైతులు చెనిగి చెట్లు పెరికి ఎండబెట్టి కాయలతో సహ వాములేసి పెట్టింటారు. వాటిని అందురు జవురుకుంటారు. పది కేజీల డబ్బాకు చెనిక్కాయలు ఇడిపిచ్చి పోస్తే ఐదు రూపాయలు ఇస్తారు. అందరి కాడికి నాది ఒక డబ్బా ఎక్కువ ఉండాలని అందరూ ఆశాత్రంగా ఇడిపించే వాళ్లే. అందర కాడికి ఒక అడుగు ముందుంటే ఓ డబ్బా ఎక్కువ పెరకొచ్చని అందరూ పొద్దు పుట్టకనే ఎల బారి పోతారు.

ఈ కాయలు ఇడిపిచ్చే తావన మా రేణుకక్క నరసక్క ఉన్నారంటే మిగిలినోళ్లందరికీ నెమ్ము లిరిగిపోతాయి. వాళ్లు ఈ చెనిక్కాయలు ఇడిపించే దాంట్లో వాళ్ల చేతులు మిసన్లు ఆన్నిట్లే ఆడతాయి. అందరి కాటికి నాలుగైదు డబ్బాలు ఎక్కువగానే పెరుకుతారు, పనిలో చెడుగుడు ఆడుకుంటారు. వాళ్ళిద్దర్నీ చూసి మిగతా అందరికీ నాతో సహా కుళ్లే! ఈల్లు ఎక్కువ సంపాదించుకొని పోతారింటికని. రేపు మసరతో లేయల్లనే గెవనంతోనే పొనుకుంటి. తెల్లారి చెనిగి వామి కాటికి అందరికంటే ముందుగా నేనే పోయి కాయలన్నీ ఇడిపిచ్చి పెద్ద రాసి పోసేసిన. అందరూ ఈ పొద్దు నీ రాసే పెద్దది, దుడ్డంతా నీకే అంటా ఉంటే నా మగము సంబరముతో ఎయ్యి దివిటీలతోఎలిగిపోయింది. ఆ చెనిగి వామి రైతు నా కాయలన్నీ కొలిసి పదిరూపాయలునోట్లు ఎంచి నా చేతికి ఇస్తా ఉంటే అవి తీసుకోను నేను చెయ్యి చాంచిన. ఆయాలకు నా మొగుడు “మే, ఓమే, తొలి జాము కోడి కూత అయిపాయా, మలి జాము కోడి కూసేసా, మూడో జాము కోడి కూస్తా వుంది కాయిలు ఇడిపించను పోవాలంటివే” అనే. ఆ మాటతో దిగ్గున లేసి ఒరే రేయంత నేను కల్లోనా కాయలు ఇడిపించింది. ఎంత పని అయిపోయా అని కుడిపక్క ఎడంపక్క యాపక్క అని కూడా అనుకోకుండా లేచేసి ఇంట్లో పని తూమ్రాన ఎసిట్లో ఏయాల్సిన బీము పొయ్యిలో పోసేసినా, ఎనకటికి నాయట్లాడిదే ఆరుబాటం రెడ్డసాని కోడిచారుతో గుద్దగడుక్కునిందంట. అట్లాయ ఈ పొద్దు నా పని.

నేను వులి బలిగా ఉడకబెట్టుకొని తట్టెత్తుకొని చెనిగివాము కాడికి పోతే ఆ చెనిగివామి చుట్టూరా పదిమంది జనం. వామిలో చెట్లన్నీ పీకి నాకుఇన్ని, నీకుఇన్ని అని బాగాలు పెట్టుకున్నారు. నేను పోయేసరికి చెట్లు కాలీ అయిపోయినాయి. మా సావిత్రి చిన్నమ్మ నాకోసం రెండు తట్లు చెట్లు పక్కనే ఏసి పెట్టింది. అందుకే అంటారు అంతలో అంత కలిసి ఉండల్లా అని. అదే గుంపులో నా సొంత తోడికోడలు మంగి ఉంది అది పిడికెడు చెట్లు ఎత్తి పక్కన ఎయలా. పెద్దలు అనే వుండ్ల తోడికోడలుకు తొడలో ఉంటుంది అని. దానికి నాకంటే నామింద పుచ్చులు చెప్పే రోవిని అంటేనే బెమ. మంగికి పానం మిందకొస్తే ఆదురుకునేది మేమె కానీ దానికి బరువు మోసే వాళ్ళ కన్నా మాటలు చెప్పే

వాళ్ళు అంటే నే బెమ. పెద్దలు అనే ఉండారు మడ్డపగ మలతాడు సుట్టరికం అంట.

నేను పోయి మా సావిత్రి చిన్నమ్మ పక్కలో కుసోని కాయలు ఇడిపిస్తావుంటే చిన్నమ్మ "కాదే పద్మ నిన్న మావిటేల కాడ నేను అదే పనిగా నోరు యామారకుండా బిన్నె లేయే అని చెప్పొస్తే తెల్లారిందంకా పనుకుంటావా, అదెట్లనే, వొల్లులో బయము లేకుండా నిద్ర పట్టేది, అత్త మామలేని ఇంట్లో ఆలు మొగుడు పెద్దలన్నట్లు, అడక్కతిన్ను పోయిన ఆరుబాటముండాలంటారు. అయినా నిదర బాగా పట్టాలంటే కూడా దేవుని దగ్గర అడిగి రావల్ల" అనే మా సావిత్రి చిన్నమ్మ.

ఆ మాటకు నేనుండుకోని, "నిన్న అడవి కట్లు కోసం పోయింటి, నడి అడివిలో కట్లుకొట్టుకొని టయానికి సంగటి, నీళ్లు లేక మోయలేని మోపు నెత్తిన పెట్టుకొని ఎర్ర టెండలో ఐదు మైళ్ళు నడుచుకుంటా ఇల్లు జెరేసరికి వొళ్ళు అలిసిపోయింది. వొళ్ళు నొప్పులకు ఉడుకు నీళ్లు పోసుకుని పొనుకున్నా తెల్లారిందంకా మెలకవే రాలేదు. ఆలుపునిద్దర బలే వచ్చింది. పై మీద పాము పారాన్నా కూడా మెలకువ రానంత నిద్ర పట్టింది. అట్ల ఆ వొళ్ళు నొప్పులు అన్నీ పోయి లేసి మల్ల పనికొచ్చిన" అంటి.

ఆ మాటకు మా సావిత్రి చిన్నమ్మ "ఏమని ఈ సంసారం బాదలు నా కడుపులో పన్నాయో అబుడు నుండి నా కండ్లకు నిద్దర కరువైపోయింది. మాయమ్మోల్లమ్మ అనేది 'మనిషి జీవితంలో ఇరవై ఏండ్లు నిద్దరకు వొగసాల్సి వసోస్తుంది' అని. ఆ ఇరవె ఏండ్లు మనకు దేవుడు కోడి ఆయుసు ఇస్తాడంట. మనిషికి కోడి నిద్దరే' అని ఆయమ్మ నాతో అన్నప్పుడు నేను అంతగా పట్టించుకోల, కానీ ఆ యమ్మ చెప్పింది నిజమే నాకు పెండ్లయ్యి నా బిడ్డలకు కూడా పెండిండ్లు అయినా నాకు నిద్ర పడదు. రేయి కోడికి నాకు తెల్లారుతుంది. ఆ దేవుడు కంటి నిండా నిద్దరిస్తే బాగుంటుంది" అని అంగలాచె సావిత్రి చిన్నమ్మ.

ఆ అమ్మ మాటలకు మా కొండ పెద్దమ్ముండుకొని "కంటారా నిద్రపోవాలంటే ఎత్తు తెలీని వయసన్న ఉండల్ల, లేదా ఊద కట్టి చేతికొచ్చి వొళ్ళు తలకాయి

ఖాళీగా అయినా ఉండాల్ల లేదా ఆ దేవుడు మనకు అన్ని రాజ్యాలు సక్కరంగా అన్న పెట్టిండాల్ల. నడిపాయం మనిషి నిద్రను మింగేస్తుంది. అబుడబుడు అలుపు నిద్దర్లే దేవుడిచ్చిన వరం అనుకోవాల. కొందరు ఈ పొద్దు గడిస్తే చాల్లే రేపు చూసుకుందాం అనే వాళ్లకు నిద్దర లోటుండదు. ఈ నడి వయసులోనే కదా మనిషి పారాడేది కష్టపడేది. మా యక్క ఉంది అది ఏడ కూర్చున్న మనిషి మాట్లాడకంటే కళ్ళు మూతలు పడతాయి. జానడు కాళీ తావు ఉన్న కూడా ఆడ ముడుక్కునేస్తుంది. పక్కన ఏనుగులు అరిసిన, మనిషి చచ్చిన నేలకు పండుకోవాల్సిందే. మాయమ్మ ఎబుడు తిట్టేది నీకేమన్నా పాండవ రోగమా అని, నిజంగానే ఆ యమ్మికి ఒంట్లో పసికిర్లు రోగముండింది. నిద్దర్లు ఐదు రకాలు. ఈ పాండవ నిద్దర వొగరకం, ఇంకొకటి నిలువుతూగు. కొందరు నిలబడుకొని కూ డాతూగతారు. ఇది ఒంట్లో బయం లేని నిద్దర. ఇంకొకటి సేటు నిద్దర. ఇది అప్పుడప్పుడు అనుకోకుండా యాలగాని టైంలో వస్తుంది అప్పుడు మనకు ఏదన్నా అనుకోని పనులు జరుగుతాయి. ఇంకొకటి మూదేవి నిద్ర. వొళ్లే నిద్రలో ఉంటుంది. వీళ్లకు దేహశుద్ధి ఉండదు. ఇంకొకటి కోడి నిద్దర. ఎబుడు కొనగండ్లలో నిద్ర ఉంటుంది. సీమ చిట్కు మన్న మెలకువచ్చేస్తుంది. కోడి కూడా అంతే. మనకు నిద్దరేమీ అంత తేరగా దొరకదు" అనే మా కొండ పెద్దమ్మ.

కొండ పెద్దమ్మ మాటకు మా ఆడబిడ్డ నీలి "నువ్వు చెప్పేది నిజమే పెద్దమ్మ, మా తాతకు వొళ్ళు తలకాయ రెండు కాళీ అయిపోయినాయి కడి కడుపులో పడిందంటే చాలు రెయ్యి పగులు గురకదిస్తాడు. గుళ్లో గంట పోతే ఐవోరు సెంటంబాయ అన్నట్లు అన్నీ వదిలేసి ఆత్మరామున్ని జో కొడతాడు. కానీ ఈ అలుపు నిద్రలో పానం కూడా సులువుగా పోతుంది. మా అవ్వ నెల దినాలు కాయలకు వొంగి నొప్పులుకు రేయింబవలు నిలుకు లేకుండా వొరుడు కొట్టుకున్నట్లు అరిసేది. ఒకనాడు ఉడుకుడుకు నీళ్లు కాగబెట్టి వొళ్ళు అంత రుద్ది ఎండనీల్లు పోస్తే ఆ రేతిరి అరసనే లేదు. అలుపు నిద్రలోనే కన్నుమూసింది" అనే నీలి.

మా ఎంగటక్క మాట్లాడతా "నా పెళ్ళైన లగాదు నుండి నిద్రకు మగ మాసిన దినాలు ఎన్నో ఉన్నాయి. నాకు అలుపు నిద్రలే వస్తాయి. నాకు ఇప్పటికీ

గెవనానికి ఉంది. నా పెండ్లి వరకు నేను నిద్రకు తాల లేకుండా నిద్రపోయిందాన్ని. నాకు ఇంక మూడు దినాలు పెండ్లి ఉందనంగా సప్పరం నా పొద్దు నుండి నా మనసులో అన్నిటికంటే బలంగా మెదిలిన ఆలోసన మొగోని కింద ఎట్ల పనుకునేది ఎట్లా చేసుకునేది అనే. ఒకపక్క ఆ నలుగురు ఈ నలుగురు ఆ పూజలు ఈ పూజలు ఒక్క పొద్దులు, శోబనం నా పోద్దు రేయి తాగేసినాడు. వాని పీకులాటకు నిద్రలేదు, ఆ మరుసునాడు అలుపు నిద్దరపోయి ఉంటే రెండు దినాలు పైకి లేచిండ్ల. అదే తొలిత నాకు నిద్రకి మగం వాసింది.

మల్లా రెండోసారి నేను తొలిసూరి బిడ్డను కనేదానికి మూడు దినాలు నొప్పులు పడి బిడ్డ నేలపడతానే పోయిన పానం తిరిగి వొచ్చినట్లాయ. కొండను దించి పెట్టినట్లు తేలిక పడింది పానం. ఒకపక్క కడుపు మానము పచ్చి పుండై పానము అలసిపోయా, అలుపు నిద్ర పోయినా. పక్కలో పురిటి బిడ్డ ఇల్లు ఎగిరిపోయేటట్లు ఏడుస్తా ఉన్నా నాకు సోదీనం లేదు. బిడ్డ ఏడుపుకు పక్కింటి టోల్లు ఎదిరింటోల్లు వచ్చి బిడ్డ ఏడుస్తావుంటే ఎట్లా నిద్ర పట్టింది అని అడిగినోల్లే, నా వొళ్ళు అలిసిపోయి ఉండేది వాళ్లకేం తెలుసు.

మూడోసారి నా మొగుడు తాగే దానికి దుడ్డు లేనప్పుడు నన్నుగానకుండా ట్రంకు పెట్లో ఉండే నా కొడుక్కి మా పుట్టింటోళ్లు చేపిచ్చిన ఎండి మొలతాడు, బిల్లా తాయితులు, కడియాలు, అన్ని ఎత్తకపోయి సారా అంగడి పాలు చేసి మిగిలింది వాని లంజకి ఇచ్చినాపొద్దు. నేను నా మొగుడు జెటి బెటి కొట్టుకొని మా పుట్టింటికి పోయి ఆ రేతిరి అలుపు నిద్దర పోయిన. మా వొళ్లు అన్నానికి లేపితే కూడా లేసిండ్ల. మా వోలంత బిడ్డ వాడితో ఏగి ఏగి ఎంత అలిసిపోయిందో అనుకున్నారు.

నాలుగోసారి నా కూతురికి పెళ్లి చేసి అది నిండు మనిషిగా ఉండి బిడ్డను కనేదానికినొప్పులు పడతా ఉంటే ఆ పొద్దంతా దాని నొప్పులు నేను బన్నిటు పానం కొటికిలాడింది. నేను నమ్ముకున్న దేవుళ్ళు అందరికీ మీదులు తీసి కట్టి నా బిడ్డ సల్లగా ఉండాలి అని మొక్కుబళ్ళు చేసి కానుపు సల్లగా అయ్యేసరికి మూడు రేతిరులు ఆ చిన్న బిడ్డను నేను సుతారిచ్చి ఆ నాలుగో దినం ఆలుపు నిద్దరపోయిందాన్ని ఆ మరుసునాడు లేచిన.

ఐదోసారి నా మొగుడు తాగి తాగి వొళ్ళు చెడుపు కొన్ని మంచాన బన్నప్పుడు మూడేళ్లు పియ్యవుచ్చా ఎత్తిపోసి ఆ కుంటి ఊపిరోని దగ్గర కూడా తిట్లు దెబ్బలు అనుమానాలు పడి ఈ పొద్దు పన్నెండు గంటలకు పానమిడిస్తే రేపు మావిటాల అయిపాయా మొంటు మురుగు చేయను. ఆయప్పను మొంటిమరుగు చేసి వొచ్చి ఆరే రేత్రి అలుపు నిద్దర పోయిన. చావుకు వొచ్చిన చుట్టాలు దానికి మొగుడు చచ్చిన బాధ ఉంటే ఆ పాడిగా నిద్ర పోతుందా ఈడెప్పుడు సస్తాడా అని గోతి కాడ నక్కేగతం కాసుకోనుంది అనుకున్నోల్లు కూడా ఉన్నారు. తలకాయలో మోయలేనంత బాదుందని వాళ్ళకేం తెలుసు. ఎత్తలేని బొరువెత్తి నెత్తిన పెడితే పడదెంగమా?" అని బాద పడే మాయంగటక్క.

నాగ పెద్దమ్మ "నేను నా కూతురు పెళ్లికి అప్పుచేసింటి ఆయప్పు తీరేదానికి ఐదేళ్లు పట్టింది. ఐదేళ్లు నేను కంటికి నిద్ర పోయిండ్ల ఆ అప్పు తీరనంక నిద్ర పట్టింది. ఒక అప్పే కాదు ఈ నడివొయసులో పానానికి యా లంపట తగిలినా నిద్దరకు చేటే. పోయిన మంగళారం యాలగానియాల సరిగ్గా సద్ది పొద్దు కాడ నిలువు తూగు వొచ్చింది. ఆయాల కాడ యాపొద్దుగానీ నేను నిద్రపోయుండ్ల. అప్పుడే అనుకుంటి ఇది సేటు నిద్దరేనని. ఆ సంద కాడ మాకు మా చుట్టాలకు పెద్ద రంపొచ్చె. నెల దినాల నుండి ఆవులు మేపే దానికి నా చెల్లెలు మొగుడు రమణ వస్తాడు. వాడు ఆవులు మేతకు తోలేసి గెనిమ్మీద కుసోని నోరు పట్టకుండా ఆవిలిస్తా తూగతానే ఉంటాడు. పక్కన మనిషి మాట్లాడతా ఉన్నా కూడా తూగి తూగి పడతాడు. వానికి ఒంట్లో నెత్తర లేదు. అందుకే వానికి మూదేవి నిద్దర పట్టుకునింది. మా అవ్వ మేము చిన్నగా ఉన్నప్పుడు పొగులు నిద్రపోయే వాళ్లకు బేదికేసేది. ఇడవకుండా నెల దినాలు కొనుగంటాకు మునగాకు మాదరిచ్చి పెట్టేది" అనె.

మా నీలి ఉండు కొని "కడుపుకు అరువైన తిండి తిన్నిట్లే నిద్దరకు కూడా అన్ని అనుకూలంగా ఉండల్ల. పక్కలో మనిషి మారినా పరవాలేదు అలవాటైన పక్క మారకూడదు. అందుకే ఆవు, కోడి, కుక్క కూడా ఆవిటికి అలవాటైన తావులోనే పోయి పొనుకుంటాయి. మేము చిన్న బిడ్డలబుదు మాయమ్మ నాయనల దగ్గర పనుకునేది లేదు. మా అవ్వ తాతల దగ్గరనే పడుకునేది. వాళ్లు

మాకు నిద్దరొచ్చిందంకా పాటలు కతలు చెప్పే వాళ్ళు మంచి నిద్ర పట్టల్లని.”

“ఇప్పుటి బతుకులు రేపు ఇంగెట్లనో అనే కొటుకులాటతోనే కొట్టుమిట్టాడతా ఉండాయి. ఈ కాలాన మంచి నిద్ర కావాలంటే వొళ్ళు పానము అలిసిపోవాల్సిందే” అనే పార్వతవ్వ. అందరం నిదరకు మగమాసుకొని ఇండ్లకు పోతిమి.

***

ఎండనీళ్లు

అత్తైనా తల్లైనా ఒగటే అని మా యత్తను తల్లి మాదిరినే ఎంచుకున్నాము. ఆ యమ్మకు ఇద్దరు మగ బిడ్డలు. ఆడబిడ్డలు లేరు. నా తోడికోడలు నేను కూడా ఒగ తల్లిబిడ్లు మాదిరే ఉంటాము. నా తోడుకోడలకు నాకు తలకాయలో చిన్న చిన్న నిస్టూరాలు ఉన్నా పైకి ఎబుడూ ఎదురు బదురు మాట్లాడుకోలా. ఊర్లో పెతి ఒక్కరూ మమ్మల్నిద్దర్నీ చూపించి ఆ మాదిరి ఉండల్ల తోడు కోడండ్లు అని చెప్పుకునే రీతిలో ఉండాము. మా ముప్పై ఏల్ల కాపురాల్లో మా ఆలుమొగుడు అయినా రంపులాడుకొని మాట్లాడుకోని దినాలు ఉండాయి కానీ నేను నా తోడుకోడలు మాట్లాడుకోని దినాలు ఉండవు

కానీ మా అత్తతో ఎన్నో రంపులు రాగింతాలు నిస్టూరాలు లేకపోలే. దినమూ ఆ యమ్మను అనడం, ఆ యమ్మ దగ్గర అనిపించుకోవడం నాకు నా తోడికోడలుకు అలవాటైపోయింది. ఆయమ్మ కూడా రీతి తెలిసింది. మాట పట్టింపు మనిషి కాదు. ఇట్లే ముప్పై ఏల్లు గడిసి పాయ. నెలకు ముందు మా యత్త రేయి కాలిముడి పోసుకోను లేసి కాలు దొందురుకొని పడి మక్కి తొలిగిపోయింది. డాక్టర్లకాడికి పోతే వయసు ఎక్కువైంది ఏమి చేసినా తట్టుకోలేదు ఆ యమ్మ అని నొప్పికి సూదులు మాత్రలు ఇచ్చినారు. ఆయమ్మ కూడా వయసులో ఉన్నప్పుడు నా కత్తే గెలసల్ల నా మాటే వినల్ల అన్న తీరుతో ఉండేది. మా బుద్ధి రోపించింది. వొట్టిపోయినావును జమ కట్టినట్టు మేము

కూడా వయసయిపోయింది అనే తాసికారంతో ఆసుపత్రుల సుట్టూ తిప్పకుండా ఇంకింతే ఈ అమ్మ కత న్నట్లు మంచానికే ఇడిచేసి నేను నా తోడుకోడలు పాలు నీల్లు తాపతా పడకలోనే అన్ని ఎత్తిపోస్తా ఉండాము. ఆ యమ్మ కూడా పానం మింద ఆసోదిలేసి తిండి సాలిచ్చేసింది.

ఇంకా చాల్లే చాన్నాల్లు బతికేసింది అన్నట్లే ఉంది మా యవ్వారం. మా అత్త మాట గాటుగా మాట్లాడుతాది. ఈ పొద్దు ఆయమ్మను మంచి ఎండలో కూసన్న పెట్టి నీళ్లు పోయెల్ల అనుకొన్నాము. మా తాత ముత్తాతల కాలం నుండి పానం బాగాలేని ఆడ మగ, ముసలి ముతక, పిల్లజల్ల ఎవరైనా సరే బాలింతల కాన్నుండి ఇట్లా ఎండనీల్లు అని పోస్తాము. ఒల్లును ఎండకేస్తే మంకుమత్ర పొదులుతుందని నమ్మకం. ముందు జలజారులు ఉండేవి మూడు పక్కల తడికలు కానీ, గోడలు గాని కట్టి వాటికి తలుపు పెట్టి లేదా తడికలు అడ్డం పెట్టుకొని పైన ఎండబడేటట్టు మూత వేయకుండా ఇడిసేది. ఎవరు నీల్లు పోసుకున్నా ఎండ తగిలేటట్టు ఉండేది. ఈ ఎండ నీల్లు పోసేటప్పుడు ఆ నీల్లల్లో ఐదురకాల ఆకులు ముస్టాకు, ఊడగాకు, కానగాకు, వేపాకు, సర్వసుద్దాకు ఏసి నీల్లు కాంచి రొంత పసుపు, అంత ఉప్పేసి ఒల్లు మింద గుడ్డలు అన్నీ సుద్దంగా తీసి బిత్తలొల్లుతో పోసుకునే వాల్లు. మనిషి సాయం అవసరమయ్యే వాల్లకు మనుషులుండి పోసేది. లేదా వాల్లంతల వాల్లే పోసుకునేది. ఇట్లా సంవత్సరానికి ఆరు నెలలకు ఒకసారి చేస్తే ఒల్లు బాగా ఆరోగ్యంగా ఉండి తేలిగ్గా ఉంటారని అంటా ఉంటారు పెద్దోళ్లు.

నేను నా తోడుకోడాలు మా అత్తను కాల్లు ఒగరు చేతులు ఒగరు పట్టుకోనొచ్చి ఎండ్లో కూసన్న బెట్టి గుడ్డలు ఇప్పబోతే ఇప్పనీదు. పైన రైకి తీసేస్తే గమ్మునుండే కాని పావడ తీబోతే చెయ్యి అడ్డా పెట్టుకుంటుంది. ఆయమ్మ మనిషి ఎర్రగా సన్నగా ఉంటుంది. నెల దినాలనుండి తిండి తినక తోలు కండ అంతా ఎముక్కు అంటకపోయింది. ఒళ్లంతా ఎమకల గూడు అయిపోయింది. రొమ్ములు బర్రెలకు అంటకపోయినాయి. మానం బుడిసెముకకు కరసకపోయింది.

ఆయమ్మ మాకు తెలిసినప్పటినుంచి నీల్లు పోసుకున్నప్పుడంతా లోపావడను రొమ్ముల కాడికి కట్టుకొని, ఒల్లంతా దుద్ది నీల్లు పోసుకుని, ఉతికిన పావడ

దిగేసుకొని ఈ నానిన పావడాను ఇప్పేసేది. ఏ పొద్దె గాని బిత్తలతో నీల్లు పోసుకోని ఎరగదు. ఈ పొద్దు మేము ఆయమ్మ ఒంటిపై నూలు పోగు కూడా లేకుండా తీసేస్తే అరుస్తుంది. చేయి చాచి గుడ్డ పెరికి అడ్డం పెట్టుకుంటాది. నేనుండుకొని ఏముందనమ్మ ఈడ ఎవరూ లేరులే మేమే కదా ఉండేది. ఈ వయసులో సచ్చే సావుదల్లో కూడా నువ్వు ఒల్లుకోసము ఎందుకు అంతా ఎర్పుకుంటావు అంటే అప్పుడు గమ్మునుండి పాయ. ఆయమ్మ పావడ కట్టే తావున ఇంచి లోతు నడుము తెగ్గోసకపోయింది. ఆడ తోలు పెరక్కపోయి కండ తెల్లగా కనబడతా ఉంది. సుమారు డెబ్బై ఏళ్లు ఆ పావడ గట్టిగా ఓ పక్క బిగించి మంట, నొప్పి అయినా కూడా అట్లే తట్టుకొని దాని మీదనే కట్టి కట్టి ఆ మాద్రి నడుము చుట్టూ తెగ్గోసక పోయింది. ఈ మాద్రి మా ఊర్లో చానా మంది కూలి పండ్లు చేసే ఆడవాళ్లకు నడాలు కోసుకుపోయినాయి. నేను ఒకసారి మా అవ్వను "ఎందుకవా ఇంత గెట్టిగా కట్టుకునేది పావడ" అని అడిగితే "నాయన పొరపాటున ఎవడైనా మగోడు చీర పెరికిన ఊడ కూడదు. నా చీర చూడు ఇప్పుడు నలుగురు పట్టి పెరికినా కూడా రాదు. దౌపది చీర లాగినప్పటినుండి ఆడవాళ్లు ఇట్లా బిగించి కట్టుకుంటుంటారు. పని పాటలు చేసే వాల్లం చీర్లు మాటిమాటికి జారిపోకుండా ఊసిపోకుండా ఉంటాయి. పైగా నడాల్లో దుడ్ల తిత్తులు ఉంటాయి అవి కూడా పొరపాటున రాలిపోకుండా ఎవరన్న పెరుక్కున్నా రాకుండా ఉండాలని అంత బిగించి కట్టేది" అనే.

ఆ మాదిరే మాయత్త కూడా నడాన్ని బిగదీసి బిగదీసి తెగ్గోస్కుపోయింది. ఎన్ని ఏండ్లు ఎంత నొప్పి మంట బాదను బరించినారో. వాడెవడో ఒగడు చీరలాగినాడో లేదో తెలియదు గాని మా వాల్లకు మాత్రం చీరలు బిగించి కట్టి, కట్టి నడాలు తెగ్గోసకపోనాయి. వొగ ముప్పై ఏండ్లకు ముందు మా ఊరి ఆడోళ్ళంతా లోపావడాలు రెండన్నర మీట్రూ నూలుగుడ్డ తీసి టైలర్‌కిచ్చి ఒకటిన్నర మూర జాటీలు రెండు పక్కల కుట్టమని పావడంతా కుంచుబోసి కుట్టిచ్చుకునే వాల్లు. ఆ పావడాలు కట్టుకొని పనులు చేసిన, పరిగెత్తినా, వొంగినా, లేచినా, దుంకినా కాళ్లకు తగులుకునేది గాని ఇరకాటంగా ఉండేది గాని లేదు. బాగా ఇసాలంగా గట్టిగా ఉండేవి. ఒక పావడను ఐదారు ఏండ్లు

కట్టినోల్లు కూడా ఉండారు. ఆ కాలాన మాకు అబ్బా అంటే రెండు మూడు పావడాలు ఉంటే ఆటికి కొండ. ఇప్పుడు ఈ రెడీమింట్ పావడాలు వచ్చి వాటికి సన్న నాడాలు కట్టుకొని సరిగ్గా కాళ్లు సాచితే తగులుకొని పడిపోతారు. రెడీమేంట్‌లో గుడ్డకు దూరపు కుట్టేస్తారు. రెండు ఉతుకులకే సినిగి పొతాయి. నడానికి బిగించి కట్టినా అది బిగింపు ఉండదు. ఇప్పుడు ఏ రంగు చీరైతే ఆ పావడ కడతారు. మాయత్త మాత్రానికి ఇప్పుడు దాకా కూడా రెడీమేంట్ పావడాలు కట్టింది కాదు. కుట్టించుకున్న పావడానే కట్టేది. ఆ జాటిలు నడుము చుట్టూ ఒక వరస బిగించి కట్టినా ఆ చీర పావడాను పదిమంది గుంజినా రాకుండా బిగదీసుకునేవాల్లు మాయత్త కూడా అదే పని చేసేది అందుకే ఆయమ్మ నడుము ఆపాటిగా తెగ్గోసక పోయింది.

అయమ్మ ఎర్ర వొళ్ళును పట్యారిచ్చి చూస్తే ఆ వొళ్ళు మింద ఎన్నో కణాలు. ఈపు దుద్దత సరిగ్గా ఈపున కుడిపక్క రెక్కకు నడిమిద్య రూపాయంత కణముంది. ఆయమ్మను ఇంత పెద్ద కణము ఈప్మింద ఎందుకు క్కొచ్చింది అని అడిగితే ఆ మాటకు

నాయనా నేను అప్పుడు చిన్నబిడ్డ తల్లిని. అట్లాంటప్పుడు నాకు ఈపున చిన్న కురుపు లేచింది. అది ఊర్లో పెద్దోల్లకు చూపిస్తే ఈపున లేచింది బిన్న మానదు. ఇది రాసిపుండు. దీన్ని యాడన్న మంచి వైద్యుని దగ్గర చూపించండి అని చెప్పిరి అప్పుడు వేరే వాల్ల పోవిడి గుండా ఒగ మంత్రగాన్ని పిలస కొచ్చిరి. వాడు పూజిసామాన్లకు ఐదునూర్లు, నాకు ఐదునూట పదార్లు ఇస్తే చేస్తానన్నాడు. లేదంటే ఈ పుండు నూతికి ఆరకుండా పెట్టుకొని మనిషి పంచేటు అయిపోతుంది అని బయపెట్టే. అబుడు ఇంట్లో ఉండే నెంబరొడ్లు రెండుమూట్లు అమ్మి ఆ దుడ్డుకు ఆ మంత్రగాడు చెప్పినవన్నీ తెస్తే సరిగ్గా రేయి రాయి నీరు కరిగే పొద్దులో నన్ను పూజలో కూసన్న పెట్టి మా ఇంట్లో వాల్లు తప్ప బయట ఏవురినే గాని రానీలే. ఆ మంత్రగాడు ఒల్లు మీద నూలు పోగు లేకుండా గుడ్డలన్నీ తీసేసి బిరేబిత్తలతో నా ముందర కూసోని మంత్రాలు చదవతా ఉండాడు. వాడు వైద్యం చేసేదే బిత్తలతో అంట ఆ విషయం మాకు తెలియదు. అప్పుడు కాదనలేము అవును అన్లేము అంత దుడ్డు ఖర్చు పెట్టినాము. ఆకాంచేడి

అట్ల కండ్లు మూసుకొనుంటిని ఆ తెల్లారి మంత్రగాడు ఎలిపాయ. మల్ల వాని గురించి ఇసారిస్తే వానికి ఆడవాళ్ల పిచ్చి ఎక్కువంట. ఒకసారి వాడిని జైల్లో కూడా పెట్టినారు అని పేపర్క్కూడా ఏసినారంట ఇదే పని వేరేఊర్లో చేస్తా ఉంటే ఆడోళ్ళంతా పట్టుకొని పరకలతోనే కొట్టినారు అని తెలిసి "ఒరే మోసపోతిమే ఊరికే దుడ్డుపాయ" అనుకోని ఆ పొద్దు నుండి మంత్రగాల్లనే నమ్మేది లేదు. ఆ పుండుకు కానగ్గింజలను ఆవు పంచితంలో నూరి ఇడవకుండా వారం దినాలు పూస్తే మాడిపాయ. ఊరికే చెప్పడ మాట్లు ఇని దొంగనా బట్టకు అయిన దుడ్లన్నీ పెడితిమి" అనే.

అట్లే ఊపు దుద్దుకుంటా పిర్ల కాడికి వస్తే ఆ పిర్లమీద కూడా అరిచేతి ఎడుమ నల్లమచ్చలు ఉండాయి. ఆయమ్మ ఎర్రఒల్లు మింద నల్లమచ్చలు బాగా తెలస్తా ఉండాయి. ఈ పిర్ల మింద ఎట్లా ఎంత ఎడుమ మచ్చలొచ్చినాయి అని అడిగితిమి. "నాకు ఏడేండ్ల వయసబుడు పులుక్కాటు లేసి ఒల్లంతా రంజుకు నేసిందంట. పిర్ల మింద నవ్వకు ఎక్కువ గీక్కొని అవి బజ్జాలు పడితే మా అమ్మ ఏడాడో చూపించినా బాగా కాలేదంట. మన ఊరికి పరమటనుండే పల్లెలో పేరు మోసిన వైదిగుడు ఉంటే ఆయప్ప కాడికి పోతే ఆయప్ప ఈ పులుక్కాటుకు మాటు చెప్పినాడు, నక్కపెట్టి గడ్డలు తెచ్చి వాటిని కాల్చి కరుకు చెయ్యాలి. పొయ్యి మీద పెంకుపెట్టి ఆ పెంకులో ఆవు పంచితం బోసి దాంట్లో మైల్ తుత్తం ఎయ్యాలి. ఇది కరక్కాయ అంగడ్లో దొరుకుతుంది. దాంట్లో నక్కపెట్టిగడ్డ కరుకేసి బాగా ఉడకపెట్టి కోడీక తీసుకొని ఒళ్లంతా ఈ మందు రాసి ఎండలో ఆరబెట్టు కోవాలి. ఇట్లా వారం దినాలు చేస్తే అప్పుడు ఆ పులుక్కాటు పుట్టుజడ పాయ. నాకు మచ్చ మిగిలింది. మా అమ్మ నాకు చిన్నప్పుడు నీళ్లు పోసేటప్పుడు నా బిడ్డకు ఎర్ర వొళ్ళు మీద మచ్చలు మిగిలిపాయా అని బాద పడేది. వాటిని నేను నాలుగు అంచులు చూసి ఎరగను" అనే మాయత్త.

చేతులకున్న పచ్చలు ఎవరు పోపించినారు అని అడిగితే "కుడి చేతి రెట్ట కాడ బాజిగాలుపచ్చ మా పెద్దమ్మ కుచ్చించింది. ఎడమ చేతి మోచేతి కింద మణికట్టు కాడ మా మామ వాళ్ళమ్మ గంగుల్లమ్మ పేరు, కుడిచేతి ముంజేతి పైన ఇండ్ల పచ్చ, మోచేతి కింద సీతమ్మ కన్నులు మా మామ కుచ్చిచ్చినాడు" అనే.

పట్టారిచ్చి చూస్తే ఆయమ్మ వొళ్ళు మింద ఎన్నో కణాలు, మచ్చలు వాటి ఎనక జరిగిన కతలు చెప్పకొచ్చా. అన్ని గుర్తు చేసుకుంది. వొట్టి చాపను కదా ఎండకేసినట్టు ఆ పొద్దు ఆ యమ్మ ఒల్లును ఎండకేసి బాగా ఆరేస్తిమి. ఆ రెయ్యి రేత్రి బాగా నిద్రపోయింది. ఆయమ్మకు బిత్తల వొల్లుతో వాల్లమ్మ పోసిన నీల్లే, మల్ల ఇబుడు సచ్చే సావుదల్లో మేము పోసినాము.

ఆ కాలాన పండగలకు ఎండ నీళ్లు పోసుకుంటా ఉండ్రి. కాలం గడసంగా గడసంగ అన్ని దాపరికం అయిపోయి. జీవితంలో ఒకసారైనా ఎండనీళ్లు పోసుకుంటే చాలు అనే రోజులు వచ్చినాయి ఇబుడు. ఎందుకంటే ఈ బాత్రూములు కట్టి పైన మూతేసిరి లోపల ఎండబడదు. గాలి ఎలుతురు ఉండదు. లైట్ ఎలుతురలకు నీల్లు పోసుకునే పరిస్థితులొచ్చే. ఎంత సౌకర్యంగా ఉన్నా కూడా అప్పుడప్పుడు మన ఒళ్లను ఎండకెయ్యల్లని మాయవ్వ చెప్పేది. ముందు మొగోల్లు ఆడోల్లు ఈతలాడతా వుండ్రి, బావుల్లో చెరువుల్లో ఏట్లల్లో మునగతా ఉండ్రి. ఇవన్నీ ఒకప్పుడు బీదోల్లకు అందుబాటులో ఉండేటివి. ఇప్పుడు దుడ్డు ఉండేవాల్ల పరమైనయి. నీల్ల తొట్లు కట్టుకొని వాటిలో ఈతలు కొడతారు. లేదా సముద్రాల గడ్డన మునిగి ఎండకు ఉంటారు. ఇబుడు బీదోల్లకు బావుల్లో చెరువుల్లో నీల్లు కూడా ఉండవు. అన్నీ బోరు బొక్కలే ఒగ యాల మన అదృష్టం బాగుండి యాడన్నా నీల్లు దొరికినా సంబరంగా నీల్లు పోసుకుందాము, ఈతలు గొడదామన్న బింకాలు, కుశాల లేవు. ఈ కాలం మనుసుల్లో సంబరం అంటే మొగోల్లకు తాగుడు, బిర్యానీలు, బండ్లు, ఆడోల్లకు ఇంటి సామాన్లు, సొమ్ములు, గుడ్డలు; ఇంగ వయసు పిలకాయలకు సెల్లులు. మరబొమ్మ జీవితాలు అయిపోయె అనే నా తోడుకోడలు.

ఆ వారంలోనే మాయత్త ఎలిపాయ. ఆయమ్మతో పాటు ఆయమ్మ కణాలు పచ్చబొట్లు కూడా పాయ. ఈ బూమి మీద పుట్టిన మనిసి ఎంత గొప్పైనా ఏ జాతైనా ఎంత అందగత్తెలైనా కణం లేకుండా కడతేరరని అర్తమైంది ఆ యమ్మ చెప్పిన మాటలు మాత్రం మిగిలినాయి!

***